എല്ലാ മരത്തിലും തീയുണ്ട്

ella marathilum theeyundu
travelogue

•

c v salam

•

first edition
october 2019

•

published
chintha publishers, thiruvananthapuram

•

typesetting
star communications, thiruvananthapuram

•

cover
vinod mangoes

•

illustration
hareedran chaladu

Rights reserved

Distribution

DESHABHIMANI BOOKHOUSE

H O Thiruvananthapuram 695035
phone: 0471-2303026, 6063026
Email: chinthapublishers@gmail.com
Website: www.chinthapublishers.com

Branch

Head Office Kunnukuzhi • Statue Thiruvananthapuram • KSRTC Bus Station Alappuzha • KSRTC Bus Station Ernakulam • Machingal Lane Thrissur • IG Road Kozhikode • Mavoor Road Kozhikode • NGO Union Building Kannur • Central Bus Terminal Complex Thavakkara Kannur

---

CO - 2870/5139
ISBN - 978-93-89410-29-7

എല്ലാ മരത്തിലും തീയുണ്ട്

(യാത്ര)

സി വി സലാം

ചിന്ത പബ്ലിഷേഴ്സ്
തിരുവനന്തപുരം-695 035

സി വി സലാം

കണ്ണൂർ സ്വദേശി, വള്ളുവച്ചേരി മുഹമ്മദിന്റേയും ഫാത്തിമയുടേയും മകൻ. മുപ്പതിലേറെ വർഷങ്ങൾ അബുദാബിയിൽ സർക്കാർ സർവ്വീസിൽ ജോലി ചെയ്തു.

പ്രസിദ്ധീകരിച്ച പുസ്തകം
അയഞ്ഞ അതിരുകൾ (ലേഖനങ്ങൾ)

ഭാര്യ : നജ്മ,
മക്കൾ : ഷെറിൻ, ആശ, റസൽ

വിലാസം : നജ്മ വില്ല,
വാരം റോഡ്, കണ്ണാടിപ്പറമ്പ് പി ഒ
കണ്ണൂർ ജില്ല, പിൻ 670604
ഇമെയിൽ : cvsalam1956@gmail.com
ഫോൺ : 9400596724

ഉള്ളടക്കം

പ്രസാധകക്കുറിപ്പ്

യാത്രകളില്ലാത്ത ജീവിതം വിരസവും നിറംകെട്ടതുമാണെന്നു കരുതിയ മനുഷ്യൻ മലയാളികളെ യാത്രക്കാഴ്ചകളിലേക്കു നയിച്ചു. മനുഷ്യജീവിതം അവസാനിക്കാത്ത യാത്രകളുടെ ചരിത്രം കൂടെയാണ്. ദേശാടനപ്പക്ഷികളെ ഓർമ്മപ്പെടുത്തുന്നതായിരുന്നു മുൻതലമുറകളുടെ യാത്രകൾ. നാടും വീടും വിട്ടുപോയവരിൽ ചിലർ ജീവിതത്തിന്റെ സായന്തനങ്ങളിൽ സ്വന്തം വീടുതേടി തിരിച്ചുവന്നു. ചിലർ എത്തിച്ചേർന്ന ഇടങ്ങളിൽത്തന്നെ ഇല്ലാതെയായി. ഭക്ഷണത്തിനു വേണ്ടിയുള്ള അന്തമില്ലാത്ത യാത്രകൾ പിന്നെയും തുടരുന്നു.

ഇവിടെ മറ്റൊരു യാത്ര തുടങ്ങുകയാണ് അക്യാബിലേക്കും, ഷാർജയിലേക്കും അബുദാബിയിലേക്കും ഫിലിപ്പൈൻസിലേക്കും. തന്റെ യാത്രാനുഭവത്തെയും താൻ കണ്ട സമൂഹത്തെയും ജീവിതങ്ങളെയും തുറന്നു വയ്ക്കുകയാണ് സി വി സലാം തന്റെ *എല്ലാ മരത്തിലും തീയുണ്ട്* എന്ന ഗ്രന്ഥത്തിൽ. ഇത് ആരെയും പിടിച്ചിരുത്തി വായിപ്പിക്കും എന്ന് ഞങ്ങൾക്ക് ഉറപ്പുണ്ട്.

ചിന്ത പബ്ലിഷേഴ്സ്

ആമുഖം

കൃഷിയായിരുന്നു ഞങ്ങളുടെ ഉപജീവനമാർഗ്ഗം. കൃഷിക്കാർക്ക് ഇന്നത്തെപ്പോലെ തന്നെ അന്നും കുടുംബം പുലർത്തുക പ്രയാസകരമായിരുന്നു. അതുകൊണ്ടു തന്നെ അവർ വീടും നാടുമുപേക്ഷിച്ച് ജോലി തേടി ദൂര ദിക്കുകളിലേക്ക് യാത്ര ചെയ്തു. എന്റെ ഉപ്പയും അങ്ങനെ യാത്ര ചെയ്ത് ബർമയിലെ (മ്യാൻമർ) അക്യാബ് വരെയെത്തി. അവിടെ പണി ചെയ്തു ജീവിക്കെ അതും നഷ്ടപ്പെട്ടപ്പോൾ തിരിച്ച് നാട്ടിലെത്തി, വീണ്ടും കൃഷിയിലേർപ്പെട്ടു.

പഠിക്കുന്ന കാലത്ത് ഞാൻ കൃഷിപ്പണിയിൽ ഉപ്പയെ സഹായിച്ചിട്ടുണ്ട്. മുതിർന്നപ്പോൾ ഉപ്പയെപ്പോലെ ഞാനും പ്രിയപ്പെട്ടതെല്ലാം ഉപേക്ഷിച്ച് യാത്രയാരംഭിച്ചു. പുഴ കടന്ന് ഇടവഴികളും റോഡുകളും പിന്നിട്ടു തീവണ്ടിയാപ്പീസിലെത്തി. പുകതുപ്പിപായുന്ന കരിവണ്ടിയിൽ മദിരാശിയിലും അവിടെ നിന്ന് ബോംബെയിലുമെത്തി. പിന്നെ കടൽ കടന്ന് അറേബ്യൻ മരുഭൂമിയിലേക്കും.

ജീവിത യാത്രയിൽ കനൽച്ചൂടായും ഇളം മഞ്ഞിൻ തണുപ്പായും കൂടെനടന്ന് എന്റെ ഹൃദയത്തിൽ കുടിപാർത്ത എണ്ണിയാലൊടുങ്ങാത്തവരിൽനിന്നും ചേറിയെടുത്ത കുറച്ച് പേരെ വിത്ത് പോലെ സൂക്ഷ്മതയോടെ ഞാൻ അക്ഷരങ്ങളിലേക്കിറക്കി വെച്ചു. എഴുത്ത് വഴിയിൽ വെള്ളവും വളവുമായ ആത്മസുഹൃത്തുക്കളോടുള്ള പ്രിയവും നന്ദിയും വാക്കുകളിൽ പകർത്താനാവില്ല തീർച്ച. ഈ കുറിപ്പുകൾ പ്രാധാന്യത്തോടെ പ്രസിദ്ധീകരിച്ച ദേശാഭിമാനി വാരികയുടെ പിന്നണി പ്രവർത്തകർക്കും തിരക്കിനിടയിലും അവതാരികയെഴുതി തന്നനുഗ്രഹിച്ച കെ പി മോഹനൻ മാസ്റ്റർക്കും ചിത്രങ്ങൾ വരച്ചു തന്ന ഹരീന്ദ്രൻ ചാലാടിനും ഇത് പുസ്തകമാക്കിയ ചിന്ത പബ്ലിഷേഴ്സിനും എന്റെ ഹൃദയം നിറഞ്ഞ നന്ദി.

സി വി സലാം

സൗഹൃദങ്ങളുടെ മാനിഫെസ്റ്റോ

ഗൾഫ് പ്രവാസത്തിന്റെ ഓർമ്മക്കുറിപ്പുകൾ മലയാളത്തിൽ ഒട്ടനവധി ഉണ്ടായിട്ടുണ്ട്. കൃഷ്ണദാസിന്റെ ദുബായ് പുഴയും കടലിരമ്പങ്ങളും അക്കൂട്ടത്തിൽ ഇപ്പോഴും എന്റെ ഓർമ്മയിൽ തെളിഞ്ഞുനില്ക്കുന്നുമുണ്ട്. അതുകൊണ്ട് തന്നെ എന്റെ സുഹൃത്ത് സലാം ഇങ്ങനെയൊരു ഓർമ്മക്കുറിപ്പ് എഴുതുമ്പോൾ അതിൽ എന്ത് പുതുമ ഉണ്ടാകാനാണ് എന്ന് സ്വാഭാവികമായും ഞാൻ ഓർത്ത് പോയി. ഖണ്ഡശപ്രസിദ്ധീകരിക്കുന്ന പലതും വായനയുടെ ഒഴുക്ക് നഷ്ടപ്പെടും എന്ന കാരണംകൊണ്ട് വായിക്കാതെ വിടുന്ന കൂട്ടത്തിൽ *ദേശാഭിമാനി* വാരികയിൽ പ്രത്യക്ഷപ്പെട്ട ഈ കുറിപ്പുകളും പെട്ടുപോയി. എന്നാൽ സലാമിന്റെ സ്നേഹപൂർണ്ണമായ നിർബ്ബന്ധത്തിന് വഴങ്ങി ഈ കുറിപ്പുകളിലൂടെ കടന്നുപോയപ്പോൾ, സത്യം പറയട്ടെ, ഈ എഴുത്ത് എന്നെ അത്ഭുതപ്പെടുത്തുകതന്നെ ചെയ്തു. ഒഴുക്കുള്ള ഭാഷ, തെളിമയുറ്റകഥാപാത്രങ്ങൾ, സംസ്കാര തെളിച്ചം വീണുപരക്കുന്ന സൗഹൃദാന്തരീക്ഷങ്ങൾ, ആ സൗഹൃദങ്ങളിലെ സാർവ്വജനീനതകൾ, മനുഷ്യനും പ്രകൃതിയും, ചേരുന്ന സല്ലയനങ്ങൾ വ്യക്തിവേഴ്ചകളിലെ വീഴ്ചകളും വേദനകളും ഒരു പ്രവാസ കുറിപ്പിന്റെ ചിമിഴിൽ സലാം ഒരു പാട് കാര്യങ്ങൾ ഒതുക്കിവെച്ചിരിക്കുന്നു. അവതാരകന്റെ ഒരു കുറ്റബോധവും കൂടാതെ സന്തോഷപൂർവ്വം വായനകാർക്ക് ശുപാർശചെയ്യാവുന്ന ഒരു പുസ്തകം.

ആയുർവേദത്തിന്റെ അടിസ്ഥാനപ്രമാണം എന്നു വിശേഷിപ്പിക്കാവുന്ന ഒരു പ്രസ്താവനയുണ്ട്. 'ജഗത്യേവമനൌഷധം ന കിഞ്ചിദ് വിദ്യതേ വസ്തു' എന്ന് പ്രകൃതിയിൽ അനൌഷധമായി ഔഷധമല്ലാത്തതായി ഒന്നുതന്നെയില്ല എന്ന് ഓരോന്നിന്റെയും രസ,വീര്യ,വിപാക, വ്യുത്പത്തിയുള്ള ഒരാൾ അവയിലെ ഔഷധമൂല്യം കണ്ടെത്തുന്നു

എന്നു മാത്രം. വൈലോപ്പിള്ളി സൂചിപ്പിക്കുന്ന പോലെ കൊള്ളാൻ വല്ലതുമൊന്നുകൊടുക്കാൻ ഇല്ലാതില്ലൊരു മുൾചെടിയും എന്ന അവസ്ഥ എല്ലാ മരത്തിലും തീയുണ്ട് എന്ന് സലാമിന്റെ പ്രമാണവാക്യത്തിന് ആ പ്രപഞ്ചവീക്ഷണത്തോളം പഴക്കമുണ്ട്. വിലക്കപ്പെട്ട കനി ഭക്ഷിച്ചതിന്റെ പേരിൽ സ്വർഗ്ഗത്തിൽ നിന്ന് പുറത്താക്കപ്പെട്ട ആദി പിതാവായ ആദത്തിന് വളരാനുള്ള വഴികാട്ടിയായി ദൈവം ചൂണ്ടിക്കാണിച്ച മറക് എന്ന മരത്തെക്കുറിച്ച് സലാം ഈ കുറിപ്പുകളിലൊരിടത്ത് സൂചിപ്പിക്കുന്നുണ്ട്. തായ് വേര് പങ്കിടുന്ന ഇസ്ലാമിക ക്രിസ്തീയ മിത്തുകളിലെല്ലാം ഈ മരത്തെക്കുറിച്ചുള്ള സൂചനയുണ്ട്. മരിച്ചുവീണ മറക് മരങ്ങളിലെ തീയത്രയും മണ്ണിനടിയിൽ ഫോസിൽ രൂപത്തിൽ മറഞ്ഞ് കിടക്കുന്നു. ആ ഓർമ്മകളുടെ ഇന്ധനമാണ് മനുഷ്യരാശിയെ മുന്നോട്ട് നയിക്കുന്ന അവന് മുന്നിൽ തെളിഞ്ഞുകത്തുന്ന ചരിത്രത്തിന്റെ തീപന്തങ്ങൾ. ആ പന്തങ്ങളുടെ സാർവ്വജനീന ദീപ്തി ഈ കുറിപ്പുകളിൽ തെളിയുന്നുണ്ട്.

ഇതിലൊരിടത്ത് സലാം ഇങ്ങനെ എഴുതുന്നുണ്ട്. ജീവിത്തിലെ അനുഭവമുഹൂർത്തങ്ങൾ ഒന്നിനുപുറകെ ഒന്നായി ഹൃദയാന്തരാളത്തിൽ കുഞ്ഞുവീടുകൾ കെട്ടിപാർക്കുന്നു. ഓർമ്മകളുടെ തിരശ്ശീല വകഞ്ഞുമാറ്റി ഞാൻ നീലനിറമാർന്ന അതിന്റെ ചില്ലുജാലകത്തിലൂടെ വീണ്ടും വീണ്ടും അകത്തേക്ക് നോക്കുന്നു. അകം നിറയെ പ്രകാശമാനമായ കാഴ്ചകൾ ചിലവ അറിവും തൃപ്തിയും ആനന്ദവും തന്നത് ചിലവ മടുപ്പും അങ്കലാപ്പുകളും തന്നത് സമീപകാലമോ ഭൂതകാലമോ ആകട്ടെ, കടു, തിക്ത, മധുരമായ, ഓർമ്മകൾ തന്നെയാണ് ചരിത്രം.

പ്രവാസം എന്നത് എല്ലായ്പ്പോഴും ബാഹ്യസാഹചര്യങ്ങളുടെ സമ്മർദ്ദം കൊണ്ടുമാത്രം ഉണ്ടാകുന്നതല്ലെന്നും. ജനിതകമെന്നുതന്നെ പറയാവുന്ന ഒരു ഉൾപ്രേരണയും ആവേശവും, സമ്മർദ്ദവും അതിന് പിന്നിലുണ്ടെന്നും സലാം ഇവിടെ സൂചിപ്പിക്കുന്നുണ്ട്. ഉണ്ടിരിക്കുന്ന നായർക്ക് തോന്നുന്ന ഉൾവിളികൾ എന്ന് അതിനെ വിശേഷിപ്പിക്കാം. നിതാന്ത നാവികനായ യുളിസസ്സിനെ അജ്ഞാതതീരങ്ങൾ മാടിവിളിച്ച് കൊണ്ടേയിരുന്ന ഒരോർമ്മയും സ്വന്തം പിതാവ് അമ്മോട്ടിയെ അക്യാമ്പിന്റെ അനന്തത മാടിവിളിച്ചത് അങ്ങനെതന്നെയായിരുന്നു. തന്നെ ഗൾഫ് നാടുകൾ മാടിവിളിച്ചതും അങ്ങനെ തന്നെ എന്ന് സലാം ഓർക്കുന്നുണ്ട്. അനുഭവങ്ങളിലൂടെ ജീവിതം പഠിപ്പിക്കുന്ന യാത്രകൾ, പ്രകൃതികൾ, മനുഷ്യർ. ആളായിത്തീർന്നതിന്റെ പിറകിലെ ആ ആന്തരീകാവേശത്തിന്റെ അഗ്നി ഈ ചെറുകുറിപ്പുകളിൽ ഓരോന്നിലും നിറഞ്ഞ് നില്ക്കുന്നുണ്ട്. സലാം സൂചിപ്പിക്കുന്നതുപോലെ സൗഭാഗ്യങ്ങൾ 'എഴുതിയ തന്റെ തലക്കുറിയുടെ താളിയോല' ഒന്ന് തുറന്ന് നോക്കാനുള്ള വെമ്പലുകളാണ് അത്തരം ഓരോ യാത്രകളും. ഓരോതരം സ്വർണ്ണവേട്ടക്കാർ, നദികളുടെ കടൽ തിരകളുടെ സംഗീതത്തിന്റെ അകമ്പടിയോടെ അവർ അകലങ്ങളിലേക്ക് സഞ്ചരിച്ചുകൊണ്ടേയിരിക്കുന്നു. 'യാത്രക്കാരെയുംകൊണ്ട് മുന്നോട്ട് നീങ്ങുന്ന തോണികൾ തുഴക്കാരുടെ ആയ

ലുകൾ തുറക്കുന്ന ജലപാതകൾ' യാത്രകൾ തുടർന്നുകൊണ്ടേയിരിക്കുന്നു. യാത്രകൾ തന്നെ ചരിത്രമായി മാറുന്നു.

സലാമിന്റെ ഈ കുറിപ്പുകളോരോന്നും കഥകളിൽനിന്ന് കഥകളിലേക്കുള്ള പടർച്ചകളാണ്. കൈവന്നതെല്ലാം കൈവിട്ട് പോകുകയും ചിലപ്പോൾ പോയതെല്ലാം തിരിച്ച് പിടിക്കുകയും മറ്റ് ചിലപ്പോൾ ജീവിതക്കയങ്ങളിലേക്ക് ആണ്ടുപോയതിന്റെ കഥകൾ. ജീവിതം പറഞ്ഞുതരുന്ന വലിയ വേദാന്തങ്ങൾ, പ്രണയവുംമരണവും, പ്രകൃതിയുംജീവിതവും, നിഴലും വെളിച്ചവും, വിധിയും പൗരുഷവും ഇടകലരുന്ന ജീവിതലോകങ്ങൾ ബർമ്മയുടെ മണ്ണിൽ എല്ലാം നേടി എല്ലാം നഷ്ടപ്പെട്ട് അലിഞ്ഞുചേരുന്ന അബ്ദുൾ ഖാദറിൽനിന്ന് ആ പരമ്പര ഹരിയിലൂടെ, ജമീലിലൂടെ, നൗഷാദിലൂടെ, ഖാലിദിലൂടെ, നബീലിലൂടെ, നാദിയായിലൂടെ, ഈർഷാദിലൂടെ, അനുശ്രീയിലൂടെ ആവർത്തിക്കുന്നത് നോക്കുക. അവരുടെ ജീവിതകഥകളൊന്നും ഇവിടെ വിസ്തരിക്കുന്നില്ല. ഓരോ കഥയും ഒന്നിനൊന്ന് വ്യത്യസ്തം. പക്ഷേ, അവയുടെ ആന്തരികതലങ്ങളിലെല്ലാം ഒരു സൂത്രബന്ധത്തിന്റെ ഇഴയടുപ്പം നമുക്ക് കാണാൻ കഴിയും. സലാം നല്ലിചുറ്റാനും നെയ്യാനും പഠിച്ചിട്ടാണ് പ്രവാസിയായത്. നെയ്ത്തുകാരാണ് ചരിത്രം നിർമ്മിക്കുന്നതെന്ന് ഞങ്ങൾ, കണ്ണൂർ കാരോട്, എം എൻ വിജയൻ മാഷ് പണ്ടേ പറഞ്ഞ് തന്നിട്ടുണ്ട്.

എനിക്ക് അന്യഥാ നഷ്ടപ്പെട്ടുപോയേക്കാമായിരുന്ന ഈ ചെറിയ കുറിപ്പുകളോട് എന്നെ നിർബ്ബന്ധിച്ച് അടുപ്പിച്ച സലാമിന്റെ സ്നേഹത്തിന് നന്ദി.

കെ പി മോഹനൻ
(സെക്രട്ടറി കേരള സാഹിത്യ അക്കാദമി)

1

അക്യാബിലേക്കുള്ള യാത്രക്കാർ

പടിഞ്ഞാറൻ ബംഗാളിൽ നിന്നുത്ഭവിച്ച് കിഴക്കോട്ടൊഴുകുന്ന നദിയിലൂടെ ഒരു ചെറുതോണി പതുക്കെ നീങ്ങിക്കൊണ്ടിരിക്കുന്നു. കിഴക്കൻ ബംഗാളിലെ ചിറ്റഗോങ്ങായിരുന്നു ആ തോണിയിലുള്ളവരുടെ ലക്ഷ്യം. സംഘത്തിൽ ആകെ പത്തുപേർ. അതിലൊരാൾ അമ്മോട്ടിയെന്നു വിളിപ്പേരുള്ള എന്റെ പിതാവായിരുന്നു.

"എന്റെ ഉപ്പ എവിടെയാണ്?"

നന്നേ ചെറുപ്പത്തിൽ, ബുദ്ധി ഉദിച്ചുവരുന്ന നാളുകളിലൊന്നിൽ ഉമ്മയോട് ചോദിച്ചു.

ചോദ്യത്തിനുമുമ്പിൽ ഉമ്മ ഒട്ടും പതറിയില്ല. എന്നെ അടുപ്പിച്ചു നിർത്തി ചെവിയിൽ ഉത്തരമായി ഇത്രയും പറഞ്ഞു.

"മോന്റെ ഉപ്പ അക്യാബിലാണ്..."

ഏറെ സന്തോഷത്തോടെയും ഉത്സാഹത്തോടെയുമാണ് ഉമ്മയുടെ വായിൽനിന്നും ആ വർത്തമാനം പുറത്തുവന്നത്.

മനസ്സിൽ ഉപ്പയുടെ രൂപം പലവിധത്തിൽ ഞാൻ സങ്കല്പിച്ചു തുടങ്ങി. ജിജ്ഞാസയോടെ ചോദ്യങ്ങൾ ആവർത്തിച്ചു. ഉപ്പ എങ്ങനെയിരിക്കും.. വെളുത്തിട്ടാണോ കറുത്തിട്ടാണോ... എളാപ്പയെപ്പോലെ പല്ലൊക്കെ മുറുക്കാൻകറ പിടിച്ച് ചോന്നിട്ടാണോ..

എനിക്ക് ഉമ്മയിൽ നിന്നുമറിയാൻ ഒട്ടേറെ കാര്യങ്ങളുണ്ടായിരുന്നു.

ഉമ്മ ഒരിക്കൽ പറഞ്ഞു.

"നിന്നെ അഞ്ചുമാസം ഗർഭമുള്ളപ്പോഴാണ് നിന്റെ ഉപ്പ നാടുവിട്ടു പോയത്. എങ്ങോട്ടാണ് പോകുന്നതെന്ന് എന്നോടുപോലും പറഞ്ഞില്ല.

അവസാനം അ ക്യാബിൽനിന്നും കത്ത് വന്നപ്പോഴാണ് സമാധാനമായത്. പ്രതാപിയായ ഒരു വാപ്പയുടെ മകനായിരുന്നു നിന്റെ ഉപ്പ. നാടുവിട്ടുപോകേണ്ട ഒരു കാര്യവുമുണ്ടായിരുന്നില്ല. എന്നിട്ടും ഉപ്പ നാടുവിട്ടു വളരെ അകലെയുള്ള നഗരത്തിലേക്കു പോയി."

ഉപ്പയുടെ നാടുവിട്ടുപോക്കിന് കാരണം ജനിച്ചുവളർന്ന നാട്ടിൽ നല്ല ജോലിയോ ജീവിക്കാനുള്ള സൗകര്യങ്ങളോ ഇല്ലാഞ്ഞിട്ടല്ല എന്നത് എന്നെ അത്ഭുതപ്പെടുത്തി. പോരാത്തതിന് നാട്ടിലെ വലിയ പ്രതാപിയും കൃഷിക്കാരനും പള്ളിക്കാരണവരുമായ എഴുത്തും വായനയുമറിയാവുന്ന മുസ്ലീം പ്രമാണിയുടെ മകനുമാണ് ഉപ്പ. എന്നിട്ടും എന്തിനായിരുന്നു ഉപ്പ പുറപ്പെട്ടുപോയത് എന്നായി എന്റെ ആലോചനയും ചോദ്യവും.

നാടുവിട്ടുള്ള എല്ലാ യാത്രകളും യാതനകൾ നിറഞ്ഞതാണെന്ന് അറിഞ്ഞുകൊണ്ടുതന്നെയാണ് നീണ്ടതും സാഹസികവുമായ ആ യാത്രയ്ക്ക് ഉപ്പ ഒരുമ്പെട്ടതെന്ന് ഉമ്മ എപ്പോഴും പറയുമായിരുന്നു. യാത്രയ്ക്കുള്ള തയ്യാറെടുപ്പിനായി മനസ്സിനെയും ശരീരത്തെയും പാകപ്പെടുത്താൻ ഉപ്പ നിരന്തരം പ്രാർത്ഥനകളിൽ മുഴുകിയിരുന്നു. വിശ്വാസവും പ്രാർത്ഥനയും അദ്ദേഹത്തിന്റെ ജീവിതത്തിന്റെ ഭാഗമായിരുന്നു. പ്രാർത്ഥനകളിലൂടെ യാത്രയും യാത്രയുടെ ലക്ഷ്യസ്ഥാനവും ആ മനോമുകുരത്തിൽ തെളിഞ്ഞുകിട്ടിയിരിക്കണം.

അക്യാബിലേക്ക് പോകാനാണ് ഉപ്പ തയ്യാറെടുത്തത്: ഇന്ത്യയോട് തൊട്ടു കിടക്കുന്നതും മംഗോളിയൻ വംശജർ തിങ്ങിപ്പാർക്കുന്നതുമായ ചെറുരാജ്യമാണ് ബർമ്മ (ഇന്നത്തെ മ്യാന്മാർ). അവിടത്തെ യാങ്യോഗ്, റങ്കൂൺ തുടങ്ങിയ തുറമുഖ നഗരങ്ങളിലൊന്നാണ് അക്യാബ്. തന്റെ ഗ്രാമങ്ങളിൽനിന്നും മുന്നേപോയവർ പലരും പലതരം ജോലികളിൽ ഏർപ്പെട്ടിരുന്നതും കച്ചവടം ചെയ്തിരുന്നതും പ്രധാനമായും അക്യാബിലായിരുന്നു. അവിടം തന്നെയാണ് ഉപ്പയും തെരഞ്ഞെടുത്തത്. അവിടെ എത്തിയിട്ടുവേണം സൗഭാഗ്യങ്ങൾ എഴുതിയ തന്റെ തലക്കുറിയുടെ താളിയോല അദ്ദേഹത്തിന് ഒന്ന് നിവർത്തിനോക്കാൻ.

നാട്ടിലെ പ്രതാപികളുടെ മക്കളും മരുമക്കളും നാടുവിട്ടു സിങ്കപ്പൂർ, മലേഷ്യ, റങ്കൂൺ, അക്യാബ് തുടങ്ങിയ നഗരങ്ങളിലേക്ക് ചേക്കേറുന്നത് അക്കാലത്ത് പതിവായിരുന്നു. രണ്ടാംലോക മഹായുദ്ധാനന്തര വറുതിയുടെ ഘട്ടങ്ങളായ നാല്പതുകളിലും അൻപതുകളിലുമായിരുന്നു അന്യനാട്ടിലേക്കുള്ള പലായനം വലിയ തോതിൽ നടന്നത്. ഈ പലായനപ്രളയത്തിൽ തനിക്ക് മാത്രമായി ഒഴിഞ്ഞുമാറാൻ കഴിയില്ലെന്ന് ഉപ്പായ്ക്ക് അറിയാമായിരുന്നു.

അക്കാലങ്ങളിൽ അക്യാബിൽ പോയവർ ധാരാളം പണം സമ്പാദിച്ച് തിരിച്ചുവരികയും കൂടുതൽ പ്രതാപികളായി നാട്ടിൽ വിലസിനട

ക്കുകയും ചെയ്യുന്ന കാഴ്ച കാണാമായിരുന്നു. പലരും സ്വർണ്ണം കെട്ടിയ പല്ലുമായി പീടികത്തെരുവിലൂടെ ചിരിച്ചുനടന്ന് ഗൗരവഭാവത്തിൽ കടയുടമയോട് ഇഞ്ചിയുണ്ടോ എന്ന് ചോദിച്ച് പല്ലുകളുടെ സ്വർണ്ണനിറം വെളിപ്പെടുത്തിയിരുന്നു. അവർ കൊണ്ടുവരുന്ന മിനുപ്പുള്ള വസ്തുക്കൾ, സുഖദമായ മണങ്ങൾ, നിറങ്ങൾ, പറയുന്ന വിചിത്രകഥകൾ അവയൊക്കെ ആരെയും മോഹിപ്പിക്കുന്ന, നാടുവിട്ട് പണം സമ്പാദിക്കാൻ പ്രേരിപ്പിക്കുന്ന കാഴ്ചകളും കേൾവികളുമായിരുന്നു.

ബർമ്മയിലേക്കു പോകുന്നത് കരമാർഗ്ഗവും കടൽമാർഗ്ഗവുമാണ്. കല്ക്കത്തയിലേക്കുള്ള ദൈർഘ്യമേറിയ തീവണ്ടി യാത്രയ്ക്കുശേഷം ദിവസങ്ങൾ നീളുന്ന കാൽനടയാത്ര. പടിഞ്ഞാറൻ ബംഗാളിൽനിന്നും കിഴക്കൻ ബംഗാളിലേക്കുള്ള ഫെറിയിലേക്കാണത്. അവിടെ എത്തിയാൽ നദിയിലൂടെ ചിറ്റഗോങ്ങിലേക്കു കടക്കാം. ചിറ്റഗോങ്ങിൽനിന്നും കപ്പൽ വഴിയാണ് റങ്കൂണിലേക്കും അവിടന്ന് അക്യാബിലേക്കും പോകുന്നത്. അക്കാലത്തെ കടൽയാത്രയുടെ ദുരിതങ്ങളും പ്രയാസങ്ങളും ഒരു സാഹസിക നോവലിലെ വിവരണംപോലെ അത്യധികം ഉദ്വേഗജനകമായിരുന്നു.

കല്ക്കത്തയിൽനിന്ന് നീണ്ട കാൽനടയാത്രയ്ക്ക് ശേഷമാണ് ഉപ്പയടങ്ങിയ എട്ടംഗസംഘം പടിഞ്ഞാറൻ ബംഗാളിലെ നദിക്കരയിൽ എത്തിച്ചേർന്നത്. കിഴക്കും പടിഞ്ഞാറുമായി പരന്നുകിടക്കുന്ന വിഭജിക്കപ്പെടാത്ത ബംഗാളായിരുന്നു അത്. വൈകുന്നേരത്തോടെ അവർ അവിടെനിന്നും തോണിയിൽ കയറി. പോക്കുവെയിൽ വെട്ടം നദിയിൽ വീണു തുടങ്ങിയിരുന്നു. ആകാശത്ത് അങ്ങിങ്ങായി ഘനീഭവിച്ചുനില്ക്കുന്ന മഴമേഘങ്ങളുണ്ട്. നദി ശാന്തവും സൗമ്യവുമായിരുന്നു. കുഞ്ഞുകാറ്റുപോലും നദിയിൽ ചലനങ്ങൾ സൃഷ്ടിക്കുന്നുണ്ടായിരുന്നില്ല. തികച്ചും ശോകഛായ കലർന്ന അന്തരീക്ഷം.

യാത്രികരെയുംകൊണ്ട് തോണി മുന്നോട്ട് നീങ്ങിത്തുടങ്ങി. തുഴക്കാരുടെ ആയലുകൾ തുറക്കുന്ന ജലപാത യാത്രികരുടെ മനസ്സിൽ അങ്കലാപ്പും വിഹ്വലതകളും കോരിയിട്ടു. തോണിത്തുഴക്കാർ ബംഗാളി ഭാഷയിൽ കലപില സംസാരിക്കുന്നുണ്ടായിരുന്നു. കുറച്ചിടകൊണ്ട് അവരുടെ സംസാരം നിലച്ചു. പിന്നെ തുഴയിളക്കങ്ങൾ വെള്ളത്തിൽ ഉണ്ടാക്കുന്ന ഒച്ചയനക്കങ്ങൾ മാത്രം. ഇടയ്ക്ക്, അകലെ പടിഞ്ഞാറൻ കരയിൽനിന്നും വന്നെത്തിയ ചെറിയൊരു തെന്നൽ തൊട്ടുകടന്നുപോയെങ്കിലും അത് അവരുടെ മനസ്സിന്റെ അങ്കലാപ്പുകളോ വിഹ്വലതകളോ മാറ്റിയില്ല.

നദിയിലൂടെ രാത്രി മുഴുവൻ സഞ്ചരിച്ചാലേ കിഴക്കൻ ബംഗാളിൽ എത്താനാവൂ. ഇരുൾ കനത്തതോടെ തുഴക്കാർ തോണിയിൽ റാന്തൽ വിളക്ക് തെളിയിച്ചു. റാന്തൽ വിളക്കിന്റെ മഞ്ഞയും മങ്ങിയ ചുവപ്പും കലർന്ന പ്രകാശമേറ്റ് യാത്രക്കാരുടെ മുഖം നിറംവച്ചത് കാണാം. റാന്തൽ

വെട്ടം അവരുടെ മുഖത്ത് പരന്നുകണ്ട വിഷാദത്തിന് ആക്കം കൂട്ടിയതു പോലെ തോന്നിച്ചു. ആരും ഒന്നും സംസാരിച്ചില്ല. എല്ലാവരും ശൂന്യ മായ മനസ്സുമായാണ് ഇരുന്നത്.

ഏറെ നേരത്തെ മൗനത്തിനുശേഷം തുഴക്കാരിൽ ഒരാൾ മൃദുവായ സ്വരത്തിൽ ഏതോ ബംഗാളി ഗാനം പാടാൻ തുടങ്ങി. വാക്കുകളിലെ അർത്ഥം തെളിയുന്നില്ലെങ്കിലും കാതിന് ഇമ്പമുള്ളതായിരുന്നു ആ ഗാന ശകലം. നാട്ടിലെ കല്യാണപ്പാട്ടുകാരനും സംഗീതപ്രിയനുമായ അമ്മോട്ടി പാട്ടിന്റെ ഈണത്തിൽ കാതുകൾ തുറന്നുവച്ച് സ്വയം മറന്നു. തോണി യുടെ നീക്കമിപ്പോൾ വളരെ പതുക്കെയാണ്. കരയിലെത്താൻ ഇനിയും പോകണം. ഇരുൾ അതിന്റെ ദൂരം ഇരട്ടിപ്പിക്കുന്നതായി തോന്നിച്ചു. കര കാണാക്കയത്തിൽ എന്നപോലെ അവരുടെ മനസ്സിൽ ആലസ്യം വന്നു പൊതിഞ്ഞു. പലരും ക്ഷീണംമൂലം ഉറങ്ങിപ്പോയി.

ദേശം വിട്ട് പരദേശത്തേക്കുള്ള പുറപ്പാടിന് ആളുകളെ പ്രേരിപ്പി ക്കുന്നത് എന്തായിരിക്കും? പുറപ്പെട്ടുപോകുന്നവരുടെ കൈയിൽ അതി നുള്ള ഉത്തരവും കാണും. ജീവിതം കൂടുതൽ മെച്ചപ്പെടുത്തുക. അത്ര തന്നെ... സമ്പത്തും അത് നേടാനുള്ള അവസരവുമാണ് അവർ തേടുന്ന ത്. അവരുടെ മനം നിറയെ സൗഭാഗ്യം നിറച്ച പെട്ടികളുമായി സ്വന്തം മണ്ണിലേക്ക് തിരികെ വരുന്ന സ്വപ്നങ്ങളാണ്.

ചെറുകിളികളുടെ കലപില ശബ്ദം കേട്ടാണ് യാത്രികർ ഉറക്കമു ണർന്നത്. നദിയുടെ മറുകരയിൽ എത്തിയിരിക്കുന്നു. നിറയെ കാടുകൾ നിറഞ്ഞ പ്രദേശമായിരുന്നു അത്. സൂര്യന്റെ പൊൻവെളിച്ചം മരങ്ങളുടെ ഇടയിലൂടെ അവരെ വന്നുതഴുകി. എല്ലാവരും ഉത്സാഹത്തോടെ തോണി യിൽനിന്നും ഇറങ്ങി. ഇനി പകൽ മുഴുവനും നീളുന്ന കാൽനടയാത്ര ക്കാരായി തയ്യാറെടുക്കേണ്ടതുണ്ട്. ഒരു തല്ക്കാല യാത്രാസദനത്തിൽ പ്രഭാതകൃത്യങ്ങളും ഭക്ഷണവും കഴിഞ്ഞതിനുശേഷം അവർ നടന്നു തുടങ്ങി. രാത്രി ഏറെ വൈകിയാണ് ചിറ്റഗോങ് തുറമുഖത്ത് എത്തി യത്. അവിടെ ബർമ്മയിലെ യാംഗോങ് തുറമുഖത്തേക്കുള്ള കപ്പൽ കാത്തുകിടപ്പുണ്ടായിരുന്നു.

അഞ്ചുദിവസം നീണ്ട യാത്രയ്ക്കുശേഷം ആ കപ്പൽ ബർമ്മയിലെ യാംഗോങ് തുറമുഖത്തടുത്തു. എല്ലാവരും ആവേശത്തിമിർപ്പിലായി. ബർമ്മയിൽ കാലുകുത്തിയ മുഴുവൻ യാത്രികരും അവരവർക്ക് പോകേണ്ട നഗരങ്ങളെ ലക്ഷ്യമാക്കി വീണ്ടും യാത്രയ്ക്ക് തയ്യാറെടുത്തു. റങ്കൂണിലേക്കും പിന്നെ ലക്ഷ്യസ്ഥാനമായ അക്യാബിലേക്കും ഇനി എത്തിപ്പെടണം.

നാട്ടിൽനിന്നും പുറപ്പെട്ടുപോയവരുടെ യാത്രാസംഘത്തിൽ പലവിധ സാമൂഹ്യ സാഹചര്യങ്ങളിൽനിന്നു വരുന്നവരുണ്ടായിരുന്നു. എല്ലാ

വർക്കും ഒരേ ലക്ഷ്യം; പണം നേടുക, പക്ഷേ, ആ ലക്ഷ്യം നേടിയെടുക്കുക അത്ര എളുപ്പമായിരുന്നില്ല. നഗരത്തിന് അപരിചിതത്വത്തിന്റെയും അന്യതയുടെയും നിറമായിരുന്നു. പണം സമ്പാദിക്കാനുള്ള തിരക്കിൽ അവർ അവിടത്തെ പ്രകൃതിയെക്കുറിച്ചോ ഭക്ഷണ രുചിഭേദങ്ങളെക്കുറിച്ചോ ഗൗനിക്കാതെ ജോലി തേടി രാവും പകലും അലഞ്ഞു. കിട്ടുന്ന ഏതെങ്കിലും ജോലിയിൽ ഏർപ്പെട്ടു.

പലരും അതിജീവനത്തിനായി പെടാപ്പാടുപെട്ടു. ചിലർക്ക് ഇരുത്തം കിട്ടി. വേഗത്തിൽ പച്ച പിടിച്ച് തഴച്ചവരും മെല്ലെ നാമ്പിട്ട് വളർന്നവരും കൂട്ടത്തിലുണ്ടായിരുന്നു. നാട്ടിലേക്കവർ കത്തുകളും കമ്പികളും അയച്ചു. പണവും പത്രാസും സമ്മാനപ്പൊതികളുമായി ബന്ധുക്കൾ അവരുടെ സാമീപ്യമറിഞ്ഞു. പലപ്പോഴായി പലരും നാട്ടിലേക്ക് പോക്കുവരവുകൾ നടത്തി. ചിലർ എന്നേക്കുമായി നാട്ടിലേക്ക് തിരിച്ചുവന്നു. മറ്റുചിലർ അവിടെത്തന്നെ കഴിച്ചുകൂട്ടി. പലരും അവിടെ മരിച്ച് മണ്ണടിഞ്ഞു. വർഷങ്ങൾ കഴിഞ്ഞാണ് എന്റെ ഉപ്പ, അമ്മോട്ടി നാട്ടിൽ മടങ്ങിയെത്തിയത്. ഉപ്പയുടെ കൈയിൽ കുറച്ച് പണവും പത്രാസുമുണ്ടായിരുന്നു. പണത്തിനും പത്രാസിനും പുറമെ അധികമായി ഉണ്ടായിരുന്നത് മനസ്സിൽ

സൂക്ഷിച്ച അനുഭവ കഥകളായിരുന്നു. അതിൽനിന്നും ബർമ്മയിലേക്കുള്ള സഹയാത്രികനായ അബ്ദുൾ ഖാദറിന്റെ കഥ ഉപ്പ എന്നും ഓർത്തുപറയുമായിരുന്നു.

അബ്ദുൾഖാദറിന് പണം നേടുക മാത്രമായിരുന്നില്ല ലക്ഷ്യം. കുടുംബത്തിലെ നിരന്തര കലഹത്തിൽനിന്നും പരുക്കൻ ജീവിതാനുഭവങ്ങളിൽനിന്നും മുക്തി; അതിനായിരുന്നു അയാളുടെ യാത്ര. അബ്ദുൾ ഖാദറിന്റെ വീട് അത്ര ദരിദ്രമായിരുന്നില്ല. പിതാവ് മരിച്ചു പോയതിനാൽ കുടുംബത്തിലെ കാരണവന്മാരുടെ കരുണയിലായിരുന്നു ജീവിതം. അത് എല്ലാ സൗകര്യങ്ങളോടെയാണെങ്കിലും ഖാദറിന് ഒന്നിനും സ്വാതന്ത്ര്യമില്ലായിരുന്നു. അയാൾ ആകെ വീർപ്പുമുട്ടി. അവസാനം നാടുവിട്ടേ തീരൂ എന്ന അവസ്ഥ വന്നു. അങ്ങനെയാണ് ഖാദർ അക്യാബിലെത്തുന്നത്.

വർഷങ്ങൾ കടന്നുപോയി. പല ജോലികൾ ചെയ്തു ഖാദർ ചെറിയൊരു ചായമക്കാനി തുടങ്ങി. അതിൽനിന്ന് വളർന്ന് ഒരു ഹോട്ടൽ ശൃംഖലയുടെ അധിപനായി. അതിനിടയിൽ പരിചയപ്പെട്ട ബർമ്മീസ് സുന്ദരിയുമായി ഖാദർ ചങ്ങാത്തത്തിലായി. മൂക്ക് നന്നെ പതിഞ്ഞ കൊച്ചരിപ്പല്ലുകൾ കാണിച്ച് വെളുക്കെ ചിരിക്കുന്ന ആ മഞ്ഞനിറക്കാരിയെ അബ്ദുൾ ഖാദർ നിക്കാഹ് കഴിച്ചു. കുഞ്ഞിപ്പാത്തു എന്നവൾക്ക് പേരും നല്കി. അബ്ദുൾ ഖാദറിന്റെ മുത്തശ്ശിയുടെ പേരും കുഞ്ഞിപ്പാത്തു എന്നായിരുന്നു. കുഞ്ഞിപ്പാത്തു ധാരാളം പ്രസവിച്ചു. ബാക്കിയായത് മൂന്നുപേർ മാത്രം. ഒരു പെണ്ണും രണ്ടാണും.

ഖാദർ ഒരിക്കലും നാട്ടിലേക്കു വന്നില്ല. വർഷങ്ങളായി അവിടെ കഴിഞ്ഞു. കുഞ്ഞിപ്പാത്തുവിന് നടപ്പുദീനം വന്നു. അധികം വൈകാതെ അവൾ ഖാദറിനെ വിട്ടുപോയി. ഖാദർ ഒറ്റയ്ക്കായി. മക്കൾ പലവഴിക്ക് പിരിഞ്ഞു. അക്യാബിലെ തെരുവിൽ ആരോരുമില്ലാതെ അയാൾ കുറെ അലഞ്ഞുതിരിഞ്ഞു. ഒടുക്കം സമനില തെറ്റി. തിമിർത്ത് മഴ പെയ്യുന്ന ഒരു പകൽ അയാൾ എങ്ങോട്ടോ നടന്നുപോയി. പിന്നെയാരും അയാളെ കണ്ടില്ല. ഖാദറിനെ അക്യാബിലെ മണ്ണ് വാരിപ്പുണർന്നിട്ടുണ്ടാവും.

ഖാദർ തന്റെ ദീർഘകാല ജീവിതംകൊണ്ട് എന്തു നേടി? ബർമ്മയുടെ മണ്ണിൽ ലയിച്ചുചേരാനുള്ള അവസരം! അക്യാബിലേക്കുള്ള ദീർഘയാത്രയും അവിടത്തെ ജീവിതവുംകൊണ്ട് അമ്മോട്ടി എന്ന എന്റെ ഉപ്പ എന്താണ് നേടിയിട്ടുണ്ടാവുക? കുറേക്കാലം പ്രവാസ ജീവിതം നയിച്ചു. തിരിച്ചെത്തി വീണ്ടും കൃഷിക്കാരനായി. പള്ളിയിലെ കാരണവരായി, സാമൂഹ്യകാര്യങ്ങളിൽ ഇടപെട്ടു. തൊണ്ണൂറ്റിയഞ്ചാം വയസ്സിൽ മരിച്ചു. സങ്കടപ്പെടാനും കരയാനും കുറച്ചുപേരുണ്ടായി.

പ്രത്യേക കാലങ്ങളിൽ നീർത്തടങ്ങളിൽ വന്നിറങ്ങി പറന്നുപോവുന്ന ദേശാടനപ്പക്ഷികളെ ഓർമ്മപ്പെടുത്തുന്നതായിരുന്നു അവരു

ടെയൊക്കെ യാത്രകൾ. നാടും വീടും വിട്ടുപോയവരിൽ ചിലർ ജീവിതത്തിന്റെ സായന്തനങ്ങളിൽ സ്വന്തം വീടുതേടി തിരിച്ചുവന്നു. ചിലർ എത്തിച്ചേർന്ന ഇടങ്ങളിൽ തന്നെ ഇല്ലാതായി.

എന്തിനായിരുന്നു അത്?

സുഖജീവിതം തേടിയുള്ള പ്രവാസങ്ങളിൽ ഓരോ യാത്രികനും പ്രത്യേകിച്ചെന്തെങ്കിലും നേടിയിട്ടുണ്ടോ?

പ്രവാസജീവിതത്തിൽ പലപ്പോഴും ഇത്തരം ചോദ്യങ്ങൾ എന്നെ കുഴക്കിക്കൊണ്ടിരുന്നു.

2

കടൽകടന്ന ജീവിതങ്ങൾ

സമൂഹത്തെക്കുറിച്ച് യുവത്വം നെയ്തെടുക്കുന്ന സ്വപ്നങ്ങൾ യാഥാർത്ഥ്യമാക്കാൻ ഉറക്കമൊഴിഞ്ഞ ഒരുകാലം എല്ലാവരുടെ ജീവിതത്തിലുമുണ്ടാകും. ഓരോ ആളും സമൂഹത്തിനായി ഇറങ്ങിത്തിരിക്കുന്ന സജീവവും പ്രകാശമാനവുമായ ജീവിതാവസരമാണത്.

കലാസമിതികളും വായനശാലകളും യുവാക്കളുടെ ഇടയിൽ നിർണ്ണായക സ്വാധീനം ചെലുത്തിയിരുന്ന എഴുപതുകളുടെ തുടക്കം. ഞാനും മറ്റുള്ളവർക്കൊപ്പം നാടകപ്രവർത്തനവും വായനശാലാ പ്രവർത്തനവും ഒക്കെയായി രാഷ്ട്രീയവും സാമൂഹികവുമായ ജീവിതത്തിൽ മുഴുകി. കണ്ണൂർജില്ലയിലെ കണ്ണാടിപ്പറമ്പെന്ന ഗ്രാമത്തിന്റെ മുക്കിലും മൂലയിലും അലഞ്ഞുനടന്ന അക്കാലമാണ് ജീവിതത്തിലെ ധന്യമുഹൂർത്തങ്ങളുടെ അടരുകളായി മനസ്സിൽ പച്ചപ്പോടെ തിളങ്ങി നില്ക്കുന്നത്.

നാട്ടിലെ ഓരോ വീട്ടിലും അവിലും പഴവും ശർക്കരയും ഞങ്ങൾ യുവാക്കൾക്കായി കരുതിവച്ചിരുന്നു. ഞങ്ങളുടെ കാല്പാദങ്ങൾക്ക് പരിചിതമല്ലാത്ത വഴികളും ഉൾനാടൻ പാതകളും ദേശത്തുണ്ടായിരുന്നില്ല. നാടിന്റെ ഹൃദയത്തുടിപ്പുകൾ നെഞ്ചിലേറ്റി സൗഹൃദങ്ങളും സൗമനസ്യങ്ങളും ഓരോ ചുവടുവയ്പിലും കരുതിവയ്ക്കുകയും ജീവിതത്തിന്റെ ഭാഗമാക്കുകയും ചെയ്തിരുന്നു. സമത്വസുന്ദരമായ ഒരു കാലത്തിലേക്കുള്ള നീരൊഴുക്കുകൾ മനസ്സിൽ ഉറവപൊട്ടിയിരുന്നു. അതിന്റെ തിരയിളക്കം ഒപ്പമുള്ളവരുടെയെല്ലാം മനസ്സിൽ അലയടിച്ചിരുന്നു.

സാമൂഹ്യവും രാഷ്ട്രീയവുമായ മാറ്റത്തിന്റെ കാഹളത്തിനായി വിളക്കുതെളിയിച്ച് രാത്രികാലങ്ങളിൽ തലപുകഞ്ഞ് ആലോചനയിൽ മുഴുകിയപ്പോഴും കുടുംബത്തിലെ മുതിർന്നവരുടെ യാത്രാസ്വപ്നങ്ങളും അവ

രുണ്ടാക്കിയ സ്വർണ്ണപ്പല്ലുകളുടെ തിളക്കവും തെയ്യക്കോലങ്ങൾ ഉറയാൻ നേരത്ത് 'ഒരുവട്ടം വരവിളി' പോലെ എന്നിൽ അലോസരമുണ്ടാക്കിയിരുന്നു. നാടുവിട്ടുപോകാനുള്ള പ്രേരണ കുഞ്ഞുന്നാളിലേ പിടികൂടിയ ആഗ്രഹങ്ങളുടെ തുടർച്ചയായിരുന്നു.

അക്യാബിൽനിന്നും സിങ്കപ്പൂരിൽനിന്നും ഉപ്പയും അമ്മാവന്മാരും കൊണ്ടുവന്ന വലിയ സ്ഫടിക പാത്രങ്ങളിൽ പ്രതിബിംബിച്ച നിഴലുക

ളിൽ ഞങ്ങൾ കുട്ടികൾ സങ്കല്പിച്ച ആകാശയാത്രയിലാണ് അത് തുടങ്ങിയത്. പിന്നീട്, സ്കൂൾ വിദ്യാഭ്യാസ കാലത്ത് വിമാനവും സിംഗപ്പൂർ കുടയും സ്വപ്നം കണ്ട് കിടന്നുറങ്ങി. അറേബ്യൻ ആഹാരമായ ആലിസയും ഈത്തപ്പഴ അപ്പവും ചുറ്റുമിരുന്നു കൊതിയും മതിയും തീരുന്നതുവരെ തിന്നു. യുവാക്കളായപ്പോഴാകട്ടെ യാർഡ്‌ലി പൗഡറിന്റെ മങ്ങാത്ത മണവും ചുറ്റുപാടും പാഞ്ഞെത്തുന്ന ഫ്രഞ്ച് ഡി ടോയ്‌ലറ്റുകളുടെ ഗന്ധവും ഞങ്ങളുടെ മോഹത്തെ ആളിക്കത്തിച്ചു.

സാമൂഹ്യജീവിതത്തിന്റെയും വ്യക്തിജീവിതത്തിന്റെയും വടംവലിക്കിടയിൽ അതെന്നെ കുരുക്കി. സമരങ്ങളുടെയും സഹനങ്ങളുടെയും തീച്ചൂളകളിൽ നാട് വെന്തുരുകുമ്പോഴും സഖാവ് ജനുവേട്ടന്റെ വീട്ടിൽ രാത്രികാലങ്ങളിലെ രാഷ്ട്രീയ ചർച്ചകളിൽ പുരോഗതിയുടെ മോഹനചിത്രങ്ങൾ തെളിയിക്കുമ്പോഴും എണ്ണ വിളയുന്ന മരുഭൂമിയിൽനിന്നും വരുന്നവരുടെ കൈയിലെ വിസ പേപ്പറിനായി എന്റെ കാത്തിരിപ്പ്. സമ്പത്തിനും മതിപ്പിനുംവേണ്ടി ഞാൻ നാടുവിടാൻ തയ്യാറെടുത്തു.

മൂത്ത സഹോദരൻ ഗൾഫിലേക്ക് കടന്നു. താമസിയാതെ നാടുവിട്ട് പോകാനുള്ള എന്റെ തലക്കുറിയും തെളിഞ്ഞു. എൺപതുകളിലെ ഒരു ജനുവരി മാസമായിരുന്നു അത്. ബോംബെയാണ് അന്ന് ഗൾഫിലേക്കുള്ള കവാടം. കണ്ണൂരിൽനിന്ന് ബോംബെയ്ക്ക് പുറപ്പെടുന്ന ബസിൽ കൂട്ടുകാരുടെയും ബന്ധുക്കളുടെയും ആശിർവ്വാദവും യാത്രാമംഗളങ്ങളും സ്വീകരിച്ച് ഞാൻ കയറി.

ഒരാഴ്ച ബോംബെയിൽ തങ്ങിയശേഷം യാത്രാരേഖകളും വിമാനടിക്കറ്റുകളും ശരിയാക്കി എയർപോർട്ടിലേക്ക് പുറപ്പെട്ടു. ബോംബെ സഹർ എയർപോർട്ടിൽ ബഹറൈൻ വഴി ദുബായിലേക്കുള്ള ഗൾഫ് എയറിന്റെ വിമാനം യാത്രക്കാരെ കാത്തുകിടക്കുന്നുണ്ടായിരുന്നു. എമിഗ്രേഷൻ കൗണ്ടറിലേക്കുള്ള ക്യൂവിൽ നാട്ടുകാരനായ മുഹമ്മദ് കുഞ്ഞിയെന്ന മമ്മൂഞ്ഞും ഉണ്ട്. നാടുവിട്ട് അന്നുവരെ പുറത്തെവിടെയും യാത്ര ചെയ്യാത്ത മമ്മൂഞ്ഞിയുടെ വെപ്രാളവും പരവേശവും എനിക്ക് ഇന്നലെയെന്നപോലെ ഓർത്തെടുക്കാം.

വിമാനത്തിലെ ശീതീകരണിയുടെ കുളിർക്കാറ്റ് ശരീരവും മനസ്സും തണുപ്പിച്ചു. അവിടെ എത്തിയാൽ എങ്ങനെയൊക്കെ ആയിരിക്കുമെന്നോർത്ത് കൂട്ടുകാരൻ പരവശനായി. അവൻ ഖുറാനും സ്വലാത്തും ഉരുവിട്ടുകൊണ്ടേയിരുന്നു. എനിക്കാണെങ്കിൽ യാത്രാവേളയിൽ സൗജന്യമായി നല്കുന്ന മദ്യം അല്പം രുചിച്ചു നോക്കണമെന്നുണ്ടായിരുന്നു. ആദ്യത്തെ ആകാശയാത്ര. അതിന്റെ ഉൽക്കണ്ഠയിലായിരുന്നു ഞാൻ. എന്തായാലും മദ്യം വേണ്ടെന്നുവച്ചു.

ഞങ്ങൾ ദുബായ് വിമാനത്താവളത്തിൽ പറന്നിറങ്ങി. മമ്മൂഞ്ഞ് പടച്ചവന് നന്ദി പറഞ്ഞു. വിമാനത്തിൽ നിന്നിറങ്ങിയപാടേ ഒരു ദുബായിക്കാറ്റ് തഴുകിക്കടന്നുപോയി. പ്രതീക്ഷകൾക്ക് നേരെ വിപരീതമായിരുന്നു അത്. വെന്തുരുകിയൊലിക്കുന്ന മനുഷ്യരുടെ ദാഹജലത്തിനായുള്ള

നെട്ടോട്ടംകൊണ്ട് മരുരാജ്യം കലുഷിതമായിരിക്കുമെന്നായിരുന്നു ധാരണ. മനസ്സിനും ശരീരത്തിനും ഉന്മേഷം പകർന്നുകൊണ്ട് പതുക്കെ വീശിയ തണുത്തകാറ്റ് അത് ഇല്ലാതാക്കി. ഇവിടെയും ഋതുക്കളുണ്ടെന്നും അതിൽ ശിശിരമാണ് ഏറ്റവും കഠിനമെന്നും പിന്നീടുള്ള ജീവിതം പഠിപ്പിച്ചു.

ദുബായിൽനിന്നും ഷാർജയിലേക്കാണ് പോയത്. രണ്ടുപേരുടെയും വിസ ഷാർജ എമിറേറ്റ്സിന്റേതായിരുന്നു. ഷാർജയിലെ ഉംകന്നൂർ എന്ന സ്ഥലത്താണ് ഞങ്ങൾ എത്തിയത്. സുഹൃത്തും നാട്ടുകാരനുമായ ഹൈദറിന്റെ മുറിയിലേക്കാണ് പോയത്. എനിക്ക് താമസത്തിനുള്ള തല്ക്കാലവസതി അതായിരുന്നു. ഷാർജയിലെ കുറച്ചുനാളത്തെ താമസത്തിനിടെ ജീവിതത്തിലെ ഏറ്റവും ഉപകാരപ്രദമായ ഒരു കാര്യം പഠിക്കാനായി. സ്വയം ഭക്ഷണം പാകം ചെയ്യുക എന്നതായിരുന്നു അത്. ഹൈദറായിരുന്നു ഗുരു.

ഹൈദറുമൊത്ത് പാചകം പഠിക്കുമ്പോൾ ഓർമ്മയിലെത്തുക കരിയും പുകയും കൊണ്ട് ഇരുളിച്ച വീട്ടടുപ്പും അടുക്കളയുമാണ്. വിറകടുപ്പിൽ തീയൂതി ഉമ്മയുണ്ടാക്കുന്ന ചോറും കറിയും പലഹാരങ്ങളും; എവിടന്നാണതിൽ ഉമ്മ രുചിയും മണവും കോരിയിടുന്നത്! എനിക്ക് ഒരിക്കലും അനുവർത്തിക്കാനാവാത്ത രുചിരഹസ്യങ്ങളായിരുന്നു അത്. സ്കൂൾകാലത്ത്, പ്രാതലിനുള്ള കറിക്കായി പുഴമഞ്ചയിൽ നിന്നും വാങ്ങിക്കൊണ്ടുവരുന്ന ചെറിയ ചെമ്മീൻ; പറങ്കിമുളകും തേങ്ങയും അരച്ച കൂട്ട് കുറുക്കിയുണ്ടാക്കുന്ന ചെമ്മീൻകറി, അതിന്റെ കൂടെ തേങ്ങാപ്പാൽ ചേർത്തുണ്ടാക്കുന്ന ദോശ; അതൊക്കെ ഓർക്കാൻ മാത്രമുള്ള രുചിയും മണവുമായിരുന്നു. എന്റെ പാചകവും അതിന്റെ അറിവുകളും ഉമ്മയുടെ അടുക്കള അറിവിൽനിന്നും എത്രയോ അന്യമായിരുന്നു.

ഒരൊഴിവുദിനത്തലേന്ന് അബുദാബിയിൽ ജോലി ചെയ്തിരുന്ന ജ്യേഷ്ഠൻ എന്നെത്തേടി ഷാർജയിൽ വന്നു. പിറ്റേന്നുകാലത്ത് ഞങ്ങൾ അബുദാബിയിലേക്ക് പുറപ്പെട്ടു. എൺപതുകളിൽ ഗൾഫിലെത്തുന്നവരുടെ പ്രധാന ആകർഷണ കേന്ദ്രം അബുദാബി ആയിരുന്നു. താരതമ്യേന ജോലി സാദ്ധ്യത കൂടുതലുണ്ടെങ്കിലും സാങ്കേതിക ജോലിയൊന്നും അഭ്യസിച്ചിട്ടില്ലാത്തതിനാൽ തൊഴിൽ എളുപ്പം കൈവരിക്കാനാകുമായിരുന്നില്ല. അബുദാബി നഗരസഭയായിരുന്നു രാജ്യത്തെ ഏറ്റവും വലിയ തൊഴിൽ ദാതാവ്. യു എ ഇയുടെ തലസ്ഥാനം എന്ന നിലയിൽ അബുദാബി നഗരം ഉയർന്നുവരുന്ന നാളുകളായിരുന്നു അത്.

ജോലി തേടിയുള്ള അലച്ചിലിനിടെ ഒരു വ്യാപാര കേന്ദ്രത്തിലെ റെഡിമെയ്ഡ് ഉല്പന്നങ്ങൾ വില്ക്കുന്ന കടയിൽ എനിക്ക് ജോലി ലഭിച്ചു. കടയുടമ ഒരു ഇറാനിയായിരുന്നു. അന്ന് അവിടെയുണ്ടായിരുന്ന കച്ചവടക്കാരിൽ ഏറിയപങ്കും ഇറാനിൽനിന്നും വന്ന പേഴ്സ്യൻ വംശജരായിരുന്നു. യു എ ഇ രൂപീകരണവും ഇറാനിൽ ആയത്തുള്ള ഖൊമേനിയുടെ നേതൃത്വത്തിൽ ഇസ്ലാമിക വിപ്ലവവും ഏതാണ്ട് ഒരേ കാലയളവിലാണ് നടന്നത്. ആ കാലയളവിൽ ഇരുരാജ്യങ്ങളും തമ്മിലുള്ള സൗഹൃ

ദവും ഉലഞ്ഞുതുടങ്ങി. ഈ സന്ദർഭത്തിൽ യു എ ഇയുടെ ഭാഗമായ ഷാർജയ്ക്ക് സമീപത്തുള്ള മൂന്നു ചെറിയ ദ്വീപുകൾ ഷിയാ മുസ്ലീങ്ങൾക്ക് മുൻതൂക്കമുള്ള ഇറാൻ ഭരണകൂടം പിടിച്ചെടുത്തു. ഇതു കൂടിയായപ്പോൾ അയൽരാജ്യങ്ങൾ തമ്മിലുള്ള എല്ലാ ബന്ധവും, ഏറക്കുറെ കച്ചവടബ ന്ധങ്ങൾപോലും താറുമാറായി. ക്രമേണ ഇറാനികൾക്ക് യു എ ഇ യിൽനിന്നും പുറത്തുപോകേണ്ടിവന്നു. വളരെ കുറച്ചുപേർ മാത്രമാണ് അവിടെ അവശേഷിച്ചവർ. ഞാൻ ജോലി ചെയ്തിരുന്ന സ്ഥാപനത്തിന്റെ ഉടമ അതിലൊരാളായിരുന്നു. അയാൾ നല്ല മനുഷ്യനായിരുന്നു.പക്ഷേ, രണ്ടുമാസം മാത്രമേ അവിടെ ജോലിയിൽ തുടരാൻ പറ്റിയുള്ളൂ.

ജോലി നഷ്ടപ്പെടുമ്പോൾ എല്ലാ ഗൾഫ് മലയാളികളെയുംപോലെ എന്റെയും ചെറിയ-വലിയ സ്വപ്നങ്ങളുടെ മേൽ വേവലാതികളുടെ കരിനിഴൽ വീണു. നാട്ടിലും വീട്ടിലും തലയുയർത്തി നടക്കാനുള്ള മോഹങ്ങൾ ഉള്ളിലടക്കി ജോലിതേടി പൊള്ളുന്ന വെയിലിൽ പിന്നെയും അലഞ്ഞുതുടങ്ങി. ഒരിക്കലും നിരാശ മനസ്സിൽ കൂടുവയ്ക്കാൻ അനുവദിക്കില്ലെന്ന വാശിയുണ്ടായിരുന്നു. ഉറച്ച ശുഭാപ്തിവിശ്വാസത്തോടെയായിരുന്നു ചുവടു വയ്പുകൾ. അങ്ങനെ ഒന്നോ രണ്ടോ ദിവസം മാത്രം കിട്ടുന്ന ജോലികളിൽ ഏർപ്പെട്ടുതുടങ്ങി. അതുകൊണ്ട് സുരക്ഷിതമായ ഒരു സ്ഥാനത്തെത്തുമെന്ന സ്വപ്നം സജീവമാക്കി നിർത്താൻ കഠിനശ്രമം തന്നെ വേണ്ടിവന്നു. അതിനിടയിലാണ് ഒരു പലസ്തീനിയൻ വംശജനെ പരിചയപ്പെടുന്നത്, മൂസാ കിസ്വാനി എന്നായിരുന്നു അദ്ദേഹത്തിന്റെ പേര്. ആ വലിയ മനുഷ്യൻ അദ്ദേഹത്തിന്റെ സ്വാധീനം ഉപയോഗിച്ച് എനിക്ക് നല്ലൊരു ജോലി ഏർപ്പാടാക്കിത്തന്നു.

ഗാസയിലും ഗോലാൻ കുന്നുകളിലും വസിച്ചിരുന്ന പലസ്തീനിയൻ ജനവിഭാഗം കടുത്ത മതവംശീയ യുദ്ധങ്ങളുടെ ഇരകളായിത്തീർന്ന സന്ദർഭമായിരുന്നു അത്. അഭയാർത്ഥികളായി അവർക്ക് ലബനോൻ, ജോർദ്ദാൻ, സിറിയ തുടങ്ങിയ നാടുകളിലേക്ക് പലായനം ചെയ്യേണ്ടിവന്നു. ലബനോനിൽ വാസമുറപ്പിച്ച പലസ്തീനികളുടെ കൂട്ടത്തിൽ മൂസ കിസ്വാനിയും ഉണ്ടായിരുന്നു. ലബനോനിൽ അഭയാർത്ഥികൾക്കു നേരെയും ഇസ്രയേൽ പട്ടാളം കടന്നാക്രമണം നടത്തി. സമാധാനാന്തരീക്ഷം നിലനിന്നിരുന്ന അവിടെ ആഭ്യന്തരകലഹം പൊട്ടിപ്പുറപ്പെട്ടു. പലസ്തീൻകാർക്ക് അവിടെനിന്നും പലായനം ചെയ്യേണ്ടിവന്നു. അവരിൽ പലരും ഗൾഫിലെത്തി. വിദ്യാഭ്യാസ യോഗ്യതയുള്ളവരും അല്ലാത്തവരുമായ അവർ അവിടെ പല മേഖലകളിലും ജോലി തേടി. അങ്ങനെ ഗൾഫ് കുടിയേറ്റക്കാരിൽ പ്രധാനവിഭാഗമായി പലസ്തീൻകാർ മാറി. അവരിൽ ഒരാളായിരുന്നു മൂസാ കിസ്വാനി.

മനുഷ്യൻ തേടിപ്പോകുന്നത് എന്തും അവന് കൈവരും എന്ന ചൊല്ലുപോലെയായി കിസ്വാനി തരപ്പെടുത്തിത്തന്ന ജോലിയിൽ പ്രവേശിച്ചതിനുശേഷമുള്ള ജീവിതം. അതോടെ കൂട്ടുകൂടുന്നതിനും സാമൂഹ്യമായ കാര്യങ്ങളെക്കുറിച്ച് ചിന്തിക്കുന്നതിനും കൂടുതൽ സമയവും സന്ദർഭവും

ഒത്തുവന്നു. നാട്ടിലുപേക്ഷിക്കേണ്ടിവന്ന സൗഹൃദങ്ങളെല്ലാം അതേ മിഴിവോടെ എനിക്കിവിടെയും ലഭ്യമായി. അത് സാംസ്കാരിക രാഷ്ട്രീയ പ്രവർത്തനങ്ങളിൽ ഭാഗഭാക്കാകുന്നതിനുള്ള അവസരം തുറന്നുതന്നു. നാട്ടിൽ അടിയന്തരാവസ്ഥയ്ക്കെതിരെയുള്ള പ്രവർത്തനത്തിന്റെ ഭാഗമായി വന്നുചേർന്ന രാഷ്ട്രീയ ചൈതന്യത്തിന്റെ തുടർച്ചയായ പുരോഗമന ആശയങ്ങൾ ഇവിടെയും പങ്കുവയ്ക്കാൻ ആളുകളുണ്ടായി. വായന, എഴുത്ത്, നാടകപ്രവർത്തനം, കലാപ്രവർത്തനം ഇവയൊക്കെയായി കുറേപ്പേർ അബുദാബിയിലെ കേരള സോഷ്യൽ സെന്ററിന്റെയും മലയാളി സമാജത്തിന്റെയും പ്രവർത്തനങ്ങളിൽ മുഴുകിയിരുന്നു. ഞാനും അവരോടൊപ്പം പങ്കുചേർന്ന് ആവുംവിധം പ്രവർത്തിച്ചു തുടങ്ങി. സോഷ്യൽ സെന്ററിന്റെയും സമാജത്തിന്റെയും പ്രവർത്തനങ്ങളിലെ പ്രധാനിയായിരുന്നു മജീദ്ക്ക.

മജീദ്ക്കയുടെ ജീവിതം മറ്റുള്ളവർക്ക് അനുഭവത്തിന്റെ പാഠപുസ്തകമായിരുന്നു. കേരളത്തിന്റെ കൊച്ചു ഗൾഫ് എന്ന് വിശേഷിപ്പിക്കുന്ന ചാവക്കാടിന്റെ ഹൃദയഭാഗമായ മനയൂരിലെ തങ്ങൾപ്പടി എന്ന ദേശത്തായിരുന്നു മജീദ്ക്ക ജനിച്ചു വളർന്നത്. ജോലി തേടി, പുതിയൊരുജീവിതം കൊതിച്ചാണ് മജീദ്ക്കയും നാടുവിട്ടത്. ഒരു മാസവും പത്തുദിവസവും നീണ്ട, ദുരിതപൂർണ്ണമായ ലോഞ്ച് യാത്ര. കരയിൽനിന്നും ഇരുനൂറ് മീറ്റർ അകലത്തിൽ ലോഞ്ചിൽനിന്നും കുന്നുകളും മലകളും നിറഞ്ഞ ഗോർഫുക്കാൻ തീരത്തേക്ക് രണ്ടും കല്പിച്ചാണ് മജീദ്ക്ക എടുത്ത് ചാടിയത്. ബോംബെയിൽനിന്നും പുറപ്പെട്ടതിനുശേഷം മജീദ്ക്കയുടെ മനസ്സിൽ ഒരു ചിന്ത മാത്രമേ ഉണ്ടായിരുന്നുള്ളൂ. മൂന്ന് സഹോദരിമാർ, കൊച്ചനുജൻ, പ്രായമാകുന്നതിനുമുമ്പേ വിധവയാകേണ്ടിവന്ന ഉമ്മ.

മജീദ്ക്കയുടെ ബാപ്പ, സൈനുദ്ദീന്റെ ജീവിതകഥ കേട്ടിട്ടുണ്ട്. എത്തിച്ചേർന്ന നാട്ടിൽ ഇല്ലാതായിപ്പോയ നിർഭാഗ്യവാനാണ് അദ്ദേഹം. ആ കഥകൾ ഓരോ തവണ കേൾക്കുമ്പോഴും എന്റെ ബാപ്പ അമ്മോട്ടിയുടെ ജീവിതവും യാത്രയുമാണ് മനസ്സിലേക്ക് വരിക. അമ്മോട്ടി പോയ വഴിയിലൂടെയാണ് സൈനുദ്ദീൻ മലേഷ്യയിലെത്തിയതെങ്കിലും അതിനേക്കാൾ സഹനം നിറഞ്ഞതും സാഹസികവുമായിരുന്നു സൈനുദ്ദീന്റെ യാത്രയും അവിടങ്ങളിലെ ജീവിതവും. അമ്മോട്ടി പണവും പത്രാസുമായി നാട്ടിലേക്ക് മടക്കയാത്ര ചെയ്ത് എത്തിയെങ്കിൽ സൈനുദ്ദീൻ, പോയിടത്ത് അപായപ്പെടുകയായിരുന്നു.

വളരെ ക്ലേശപ്പെട്ടാണ് സൈനുദ്ദീൻ മലേഷ്യയിൽ എത്തിപ്പെട്ടത്. മാസങ്ങളോളം കല്ക്കത്തയിലെ തെരുവുകളിലൂടെ അലഞ്ഞുതിരഞ്ഞും അവിടത്തെ മുസാഫിർ ഖാനയിൽ അഭയാർത്ഥിയായി തങ്ങിയും ഹോട്ടൽ ജോലി ചെയ്തും കഴിഞ്ഞു. അതിനിടെയാണ് ചിറ്റഗോങ്ങുകാരനായ ഒരു ബംഗാളിയെ പരിചയപ്പെടുന്നത്. അയാൾ മലേഷ്യയിലേക്ക് ആളുകളെ കടത്തുന്ന സംഘത്തിൽപ്പെട്ട ആളായിരുന്നു. അയാൾ വഴിയാണ് സൈനുദ്ദീൻ മലേഷ്യയിലേക്ക് പുറപ്പെടുന്നത്. കപ്പിത്താന് പണം

കൊടുത്ത് എഞ്ചിൻമുറിയിൽ ഒളിച്ചുപാർത്തായിരുന്നു യാത്ര.

സൈനുദ്ദീൻ മലേഷ്യയിലെത്തി പലതരം ജോലികൾ ചെയ്തു. വർഷം ഒന്ന് കടന്നുപോയതറിഞ്ഞില്ല. ഒടുവിൽ ഒരു കഫ്ത്തേരിയയുടെ നടത്തിപ്പുകാരനായി. മലേഷ്യയിലെ എല്ലാതരം ഭക്ഷണസാധനങ്ങളും ലഭ്യമാകുന്ന നല്ല റെസ്റ്റോറന്റായി അത് വളർന്നുവന്നു. സൈനുദ്ദീന്റെ ജീവിതവും മെല്ലെ പച്ചപിടിച്ചു. യാത്രാരേഖകളൊന്നും ഇല്ലെങ്കിലും എങ്ങനെയെല്ലാമോ സൈനുദ്ദീന് മലേഷ്യൻ പൗരത്വം അനുവദിച്ചുകിട്ടി. സൈനുദ്ദീൻ ഭാര്യക്കും മക്കൾക്കും ചെലവിനുള്ള തുക നാട്ടിലേക്കയച്ചുതുടങ്ങി. അപ്പോൾ മജീദിന് വയസ്സ് പതിനഞ്ച്. സൈനുദ്ദീൻ മലേഷ്യയിലെത്തി വർഷം മൂന്നുകഴിഞ്ഞു. നാട്ടിലേക്കുള്ള തിരിച്ചുവരവിന് അയാൾ തയ്യാറെടുപ്പുകൾ തുടങ്ങി. അതിനായി കാശ് സ്വരൂപിച്ചുകൊണ്ടിരുന്നു. നാട്ടിൽ ചെന്ന് ഒരു മലേഷ്യക്കാരനായി തലയുയർത്തി നടക്കണം; ബന്ധുക്കൾക്കും സുഹൃത്തുക്കൾക്കും കഴിയുന്ന സഹായങ്ങൾ ചെയ്തുകൊടുക്കണം! യാത്രയ്ക്കായി കപ്പലിന്റെ ടിക്കറ്റും മറ്റും ശരിയാക്കി. സൈനുദ്ദീന്റെ മനസ്സിൽ സന്തോഷം അലതല്ലി. വർഷങ്ങൾക്കുശേഷം മക്കളെയും ഭാര്യയെയും കാണാൻ പോകുകയാണ്!

അന്ന് രാത്രി കഫ്ത്തേരിയ പൂട്ടി സൈനുദ്ദീനും സഹായിയും താമസസ്ഥലത്തേക്കു മടങ്ങുകയായിരുന്നു. കടപൂട്ടി വരുമ്പോൾ ധാരാളം പണം കൈവശം ഉണ്ടാവും. പിറ്റേന്നു പകലാണ് ബാങ്കിൽ നിക്ഷേപിക്കുക. താമസസ്ഥലവും കടയും തമ്മിൽ ചെറിയ ദൂരം മാത്രം. കടപൂട്ടി സൈനുദ്ദീനും സഹായിയും രണ്ടടിവെച്ചതേയുള്ളൂ. അപ്പോഴാണ് അത് സംഭവിച്ചത്. ഒരു ചൈനീസ് കൊള്ളക്കാരൻ സൈനുദ്ദീന്റെ മുന്നിലേക്ക് ചാടിവീണു. പണം നിറച്ച ബാഗ് തട്ടിപ്പറിക്കാനുള്ള ശ്രമമാണ്. സൈനുദ്ദീൻ ചെറുത്തുനിന്നു. ചൈനാക്കാരൻ പോക്കറ്റിൽ തിരുകിവച്ച കൈത്തോക്ക് പുറത്തെടുത്തു. എല്ലാം ഞൊടിയിടയിലാണ് സംഭവിച്ചത്. സൈനുദ്ദീൻ വെടിയേറ്റു നിലത്തുവീണു. സൈനുദ്ദീന്റെ സഹായി ഓടി രക്ഷപ്പെട്ടു. കൊള്ളക്കാരൻ പണം നിറച്ച ബാഗുമായി എങ്ങോ മറഞ്ഞു.

ബാപ്പയുടെ മരണത്തോടെ കുടുംബത്തിന്റെ ഉത്തരവാദിത്വങ്ങൾ മജീദിന്റെ ചുമലിലായി. മറ്റുവഴികളില്ലാത്ത മജീദ് നാടുവിടാൻ നിർബ്ബന്ധിതനായി. ബോംബെയിലാണ് ചെന്നുപെട്ടത്. അവിടെ പലതരം ജോലികൾ ചെയ്തു. നാട്ടിലേക്ക് ചെറിയ തുക അയച്ചു. രണ്ടു സഹോദരിമാർ, ഇളയ അനുജൻ എന്നിവരെ കരപറ്റിക്കണം. അതിന് എന്താണ് വഴിയെന്നു മജീദ് തലപുകഞ്ഞാലോചിച്ചു. അപ്പോഴാണ് ഒരു പുതിയ വഴി തുറന്നുകിട്ടിയത്. ലോഞ്ച് വഴി ബോംബെയിൽനിന്നും ദുബായിലേക്ക് കടക്കുക. അയൽവാസിയും കൂട്ടുകാരനുമായ ഇബ്രാഹിമും ദുബായിലേക്ക് കടക്കാനുള്ള പരിശ്രമത്തിൽ പങ്കുചേർന്നു. അവസാനം അവർ വിജയം കണ്ടു.

അബുദാബിയിലെ മലയാളി സമൂഹത്തിലെ എന്നത്തെയും വലിയ സംഘാടകനായിരുന്ന ഇ എസ് ഗംഗാധരനെ അബുദാബിയിൽ വച്ച് മജീദ്

പരിചയപ്പെട്ടു. മജീദിനെപ്പോലെ ഇ എസ് ഗംഗാധരനും ബോംബെയിൽ വർഷങ്ങളായി ജോലി ചെയ്തും ബോംബെ മലയാളികളുടെ ഇടയിൽ സാംസ്കാരിക പ്രവർത്തനങ്ങൾ നടത്തിയും പരിചയമുള്ള ആളായിരുന്നു. ഇ എസ് പതുക്കെ അബുദാബി മലയാളി സമൂഹത്തിന്റെ കലാസാംസ്കാരിക രംഗത്തേക്ക് മജീദിനെ കൈ പിടിച്ചുയർത്തി.

പിന്നീട് മജീദ് അബുദാബി മലയാളി സമൂഹത്തിലെ പ്രമുഖനായ സാംസ്കാരിക പ്രവർത്തകനായിത്തീർന്നു. വിപുലമായ അനുഭവസമ്പത്തുമായാണ് അദ്ദേഹം അബുദാബിയിൽ ജീവിച്ചിരുന്നത്. ഉറച്ച പുരോഗമനവാദിയും സാംസ്കാരിക സമ്പന്നനും നാടകകലാകാരനും എല്ലാത്തിനുമുപരി പൊതുസമൂഹത്തിന്റെ സാംസ്കാരിക ഉന്നമനത്തിനായി നിരന്തരം പോരാടുന്ന ആളുമായിരുന്നു മജീദ്ക്ക. തന്റെ ദൗത്യങ്ങൾ പൂർത്തിയാക്കും മുമ്പേ എന്നെന്നേക്കുമായി വിട്ടുപിരിഞ്ഞ മജീദ്ക്ക പ്രകാശം നിറഞ്ഞ ഓർമ്മയാണ്.

3

ദിവാൻ അൽ അമീറി

മൗനം തളം കെട്ടിനില്ക്കുന്ന കടലിന്റെ ആഴങ്ങളിലേക്ക് ചായുന്ന സൂര്യൻ ചാരുതയാർന്നതും സുന്ദരവുമായ കാഴ്ചയായിരുന്നു. അബുദാബി കോർണേഷ് റോഡിലെ ചതുരക്കുടക്കീഴിൽ ഇരുന്നുകൊണ്ട് ഞാനും ദാസും ഒരു മനോഹരദൃശ്യം കാണുകയായിരുന്നു. അപ്പോൾ ദാസാണ് തുടങ്ങിവച്ചത്:

"പുരാതനമായ ഈ അബുദാബി നഗരത്തിന് എത്ര കാലപ്പഴക്കം കാണും?"

ചരിത്രത്തിൽ ഏറെ തല്പരനായതുകൊണ്ടുമാത്രമായിരിക്കുമോ ദാസ് അങ്ങനെ എന്നോട് ചോദിച്ചത്? അറിയില്ല.

ദാസിന്റെ ചോദ്യത്തിന് ഉത്തരമായി ഒന്നും പറയാനുണ്ടായില്ല. ഞാനാലോചിച്ചത് ഈ ഭൂഭാഗത്തിൽ എത്തിപ്പെടുകയും അന്യരായി ജീവിക്കുകയും ചെയ്ത ആളുകളെക്കുറിച്ചായിരുന്നു. കഴിഞ്ഞദിവസം സോഷ്യൽ സെന്ററിന്റെ മാസികയ്ക്കുവേണ്ടി വായിച്ചുവച്ച മഹമൂദ് പറശ്ശിനിക്കടവിന്റെ കവിതയിലെ വരികൾ മനസ്സിൽ വന്നു. 'പ്രവാസി'യെന്ന ആ കവിതയിലെ വരികൾ ഏറക്കുറെ മനഃപാഠമായിരിക്കുന്നു:

"ഇവിടെ ഒലീവിന്റെ ചില്ലകൾ വിറയ്ക്കുന്നു.
ഒട്ടകത്തെ മേയ്ക്കുന്ന വെള്ളയുടുപ്പിട്ട,
ഏകാന്തനായ ബാലൻ ഞാനാകുന്നു
ചെമ്മരിയാട്ടിൻപറ്റത്തിന്റെ പിറകെ
നീണ്ടൊരു വടിയും ഓടക്കുഴലുമായി
വെന്ത വെയിലത്ത് ഈന്തിൻപട്ടപോലെ
നടന്നുപോകുന്നവൻ ഞാനാകുന്നു
അന്തിയാവോളം സൂര്യനെതിന്ന് വിശപ്പാറ്റി

താബൂക്ക് ചുമന്നു നടുവൊടിഞ്ഞവൻ ഞാനാകുന്നു
പ്രകൃതിയുടെ ഭ്രാന്തൻ കരങ്ങൾ തീർത്ത
ശില്പങ്ങളുടെ കഴുത്തിൽ
യന്ത്രങ്ങളുടെ ഉരുക്കുപല്ലുകൾ അമർന്നിരിക്കുന്നു
പുകക്കുഴലുകളുടെ അഗ്രങ്ങളിൽ കാലത്തിന്റെ
കറുത്ത ജഡം തൂങ്ങിനില്ക്കുന്നു;
സ്നേഹിതാ, വേദനകളുടെ ഈ മണലാരണ്യത്തിൽ
ഞങ്ങൾ പ്രവാസികൾ;"

സന്ധ്യ പൂർണ്ണമായും മാഞ്ഞിട്ടില്ലായിരുന്നു. അതിന്റെ താമ്രവർണ്ണം ഇരമ്പങ്ങളില്ലാത്ത കടലിൽ വീണുകൊണ്ടിരുന്നു. രാത്രികളെ പകലാക്കി മാറ്റുന്ന നിയോൺ വിളക്കുകൾ തെളിയാറായിട്ടേയുള്ളൂ. ഇരുന്നിടത്തു നിന്നും കിഴക്കുഭാഗത്തേക്കുനോക്കി, നഗരത്തിൽ പ്രൗഢിയോടെ തലയുയർത്തി നില്ക്കുന്ന അൽ ഹുസ്സാൻ കൊട്ടാരത്തിന്റെ മിനാരങ്ങളിൽ ഞങ്ങളുടെ ശ്രദ്ധ പതിഞ്ഞു. എന്നും കാണാറുള്ളതാണെങ്കിലും മിനാരങ്ങൾക്ക് സാന്ധ്യവെളിച്ചം മാറ്റുകൂട്ടുന്നുണ്ടായിരുന്നു. പുരാതന കാലത്തിന്റെ ബാക്കിപത്രമായി, നഗരഹൃദയത്തിൽ ഒരു വലിയ മൺപുറ്റു പോലെയാണ് അതുയർന്നു നില്ക്കുന്നത്. ദിവാൻ അൽ അമീറി എന്നാണ് ജനങ്ങളുടെ ഇടയിൽ അൽ ഹുസ്സാൻ കൊട്ടാരം അറിയപ്പെടുന്നത്. അബുദാബിയിലെ ശൈഖുമാർ ഈ കൊട്ടാരത്തിൽ ഇരുന്നാണത്രേ മുമ്പ് ഭരണനിർവ്വഹണം നടത്തിയിരുന്നത്. ദിവാൻ എന്നാൽ ഭരണസിരാകേന്ദ്രം; അമീർ ഭരണാധികാരിയും. ഭരണാധികാരികളുടെ ആസ്ഥാനം എന്നാണ് അറബിയിൽ ഈ പദത്തിനർത്ഥം.

പല്ലുകളുടെ നീണ്ടനിര പോലുള്ള ഒരു മേൽവരിയാണ് ഇവിടങ്ങളിലുള്ള കൊട്ടാരങ്ങളുടെ മട്ടുപ്പാവിനെ അലങ്കരിക്കുന്നത്. ഉരുണ്ടതെന്നു തോന്നിക്കുന്ന വലിയ തൂണുകൾപോലുള്ള കെട്ടുകളായിരുന്നു കൊട്ടാരത്തിന്റെ മൂലക്കല്ലുകൾ. പശിമയുള്ള മണ്ണും പരുക്കൻ പാറക്കഷണങ്ങളും കുമ്മായമിശ്രിതവും ചേർത്തുള്ള പ്രത്യേക കൂട്ടുകൊണ്ടാണ് ചുമർഭിത്തികൾ പടുത്തുയർത്തിയിട്ടുള്ളത്. ഈന്തപ്പഴ ഓലകൾകൊണ്ടും മടൽകൊണ്ടും പാഴ്മരങ്ങൾ കൊണ്ടുമാണ് മച്ചുകൾ പണിതീർത്തത്. പഴയകാലത്ത് ഇവിടങ്ങളിലെ ശൈഖുമാരുടെ സമ്പദ് സ്രോതസ്സും നിർമ്മാണ സാമഗ്രികളുടെ ലഭ്യതയും വളരെയൊന്നും വിപുലമല്ലെന്ന കാര്യം ഈ കൊട്ടാര നിർമ്മിതി വിളിച്ചോതുന്നുണ്ട്, മരുഭൂമിയിലെ പ്രകൃതിയിൽ അന്ന് വിഭവങ്ങൾ വളരെയൊന്നും ഇല്ലെന്നതാണ് യാഥാർത്ഥ്യം. ഉണ്ടായിരുന്നത് അങ്ങിങ്ങായി ജനവാസമുള്ള കേന്ദ്രങ്ങളിൽ അധികം പച്ചപ്പില്ലാത്ത ഈന്തപ്പനകൾ മാത്രം; പിന്നെ വസ്തുക്കൾ ആവശ്യത്തിന് സംഭരിക്കാനാകുന്നത് കടലിൽനിന്നും കടൽകടന്ന് ചെന്നെത്തുന്ന നാടുകളിൽ നിന്നുമാണ്.

മീൻപിടുത്തവും കടൽക്കടന്ന് കച്ചവടം ചെയ്തുമാണ് അറബികൾ പൊതുവേ ഉപജീവനം നടത്തിയിരുന്നത്. കടൽക്കടന്നുള്ള അന്നത്തെ

കച്ചവടം വളരെ സാഹസികമായ ഏർപ്പാടായിരുന്നു. പായ്ക്കപ്പലുകളിൽ മാസങ്ങളുടെ യാത്രചെയ്തുവേണം ചരക്കുകളുടെ കൊടുക്കൽ വാങ്ങലുകൾ നടക്കാൻ. കടലിൽ ജീവഹാനിയും നാശവും സംഭവിക്കുമായിരുന്നു. എന്നിട്ടും അവർ സാഹസികമായ യാത്രകളിൽ ഏർപ്പെട്ടു. ജീവിത സാഹചര്യങ്ങൾ സങ്കീർണ്ണമായിരുന്നുവെങ്കിലും പ്രദേശങ്ങൾക്കും അധികാരത്തിനുംവേണ്ടി അവിടത്തെ ഭരണാധികാരികൾ നിരന്തരം ഏറ്റുമുട്ടി, കടുത്ത സായുധപോരാട്ടങ്ങൾ നടത്തി. എന്തിനെയും നേരിടാനുള്ള കരുത്തും ധൈര്യവും അറബികൾക്ക് ജന്മസിദ്ധമായിരുന്നു. വളരെ ശുഭ പ്രതീക്ഷയുള്ളവരും പ്രതികൂല സാഹചര്യങ്ങളോടും പ്രകൃതിയോടും ഏതളവുവരെയും പോരാടി നില്ക്കാൻ കരുത്തുള്ളവരുമായിരുന്നു അവർ. കാലത്തിന്റെ പോക്കിൽ അവിടത്തെ ജീവിതവും ജീവിതരീതികളും മറ്റൊന്നാവുകയായിരുന്നു.

യുദ്ധങ്ങൾക്കും പിടിച്ചടക്കലുകൾക്കും ശേഷം പണിതതായിരിക്കാം അൽ ഹുസ്സാൻ കൊട്ടാരമെന്ന് ദാസ് പറഞ്ഞു. അധികാരത്തിന്റെയും സമ്പത്തിന്റെയും കീഴ് മേൽമറിയലുകളുടെ ചരിത്രമായിരിക്കാം അതിനുള്ളത്. അൽ ഹുസ്സാൻ കൊട്ടാര സമുച്ചയം ഇന്ന് നാടിന്റെ പൈതൃക സമ്പത്തായി അബുദാബി ഭരണകൂടം കാത്തുസൂക്ഷിക്കുന്നു. പ്രവാസ നഗരത്തിന്റെ തിരക്കാർന്ന രാജവീഥികളിൽ ഒന്നായ ശൈഖ് റാഷിദ് റോഡിലാണ് അത് സ്ഥിതി ചെയ്യുന്നത്. അബുദാബിയുടെ സാംസ്കാരിക കേന്ദ്രം പ്രവർത്തിക്കുന്നത് കൊട്ടാര സമുച്ചയത്തിനകത്താണ്.

സാംസ്കാരിക കേന്ദ്രത്തിലെ സ്ഥിരം സന്ദർശകരാണ് ഞങ്ങൾ. അതിന്റെ മലർക്കെ തുറന്നുവച്ച ഇരുമ്പുകവാടം, അതിനെ വലയം ചെയ്തുകൊണ്ട് ആകാശത്തേക്ക് ഉയർന്നുനില്ക്കുന്ന മതിൽക്കെട്ടുകൾ. ജീവിതത്തിന്റെ തിരക്കുകളിൽ വെമ്പൽകൊള്ളുന്ന മനുഷ്യർ ഒരുപക്ഷേ, ഈ മതിൽക്കെട്ടോ അതിനകത്തെ കൊട്ടാരമോ ശ്രദ്ധിക്കുന്നുണ്ടാവില്ല. നൂറ്റാണ്ടുകൾ പഴക്കമുള്ള രാജാധികാരത്തിന്റെ ചരിത്രാവശിഷ്ടങ്ങൾ പേറുന്നതാണ് അതിന്റെ വിശാലമായ അകത്തളം. അറേബ്യൻ സംസ്കാരത്തിന്റെയും ശില്പസൗന്ദര്യത്തിന്റെയും പ്രൗഢി വിളിച്ചോതുന്ന ശില്പ മാതൃകകൾ ഈ മതിൽക്കെട്ടിനുള്ളിലുണ്ട്. സമ്പത്തും സമൃദ്ധിയും നിറഞ്ഞുനില്ക്കുന്ന വർത്തമാനകാലത്തിന് അനുയോജ്യമാം വിധമാണ് ഭരണാധികാരികൾ ഇതിനെ സംരക്ഷിക്കുകയും പാലിക്കുകയും ചെയ്യുന്നത്. അൽ ഹുസ്സാൻ കൊട്ടാരസമുച്ചയവും സാംസ്കാരിക കേന്ദ്രവും അബുദാബി നഗരത്തിന്റെ പ്രസിദ്ധിക്ക് മാറ്റുകൂട്ടുന്ന ഇടമാണ്.

മരുഭൂമിയിൽ എങ്ങുനിന്നോ തണുത്തതും ശക്തവുമായ കാറ്റു വീശിത്തുടങ്ങി. അതിന്റെ തണുപ്പും ഒലിയും ഞങ്ങളെ വന്നുപൊതിഞ്ഞും മാഞ്ഞും കൊണ്ടിരുന്നു. അബുദാബിയിൽ ഇങ്ങനെയാണ്, പ്രകൃതി പെട്ടെന്ന് മാറിപ്പോകും. ഞങ്ങൾ അവിടെയിരുന്ന് ചരിത്രസംവാദങ്ങൾ തുടർന്നു. മറ്റ് അറബ് രാജ്യങ്ങളിലെ സംസ്കാരത്തെക്കുറിച്ചും ജനാധിപത്യ മുന്നേറ്റത്തെക്കുറിച്ചുമാണ് സംസാരിച്ചത്. ഇറാഖിലും സിറിയയിലും

ഈജിപ്തിലും മുന്നേറിയ ബാത്ത് സോഷ്യലിസ്റ്റ് മുന്നേറ്റങ്ങൾ, അതിലൂടെ വളർന്നുവന്ന അറബ് ദേശീയതകൾ, ദേശീയമായ ഇച്ഛകളിലൂടെ പുറന്തള്ളപ്പെട്ട പാശ്ചാത്യ ആധിപത്യം, ചരിത്രഗതിയുടെ ആഴവും പരപ്പുമളന്ന് വർത്തമാനം നീണ്ടുപോയി. ഓരോ ചരിത്രസന്ധിയും പരിവർത്തനത്തിന്റെ അടരുകളിൽ അതിന്റെ അടയാളങ്ങൾ കോറിക്കൊണ്ടിരുന്നു. ഓരോ സമൂഹത്തിലെയും മാറ്റിപ്പണിയപ്പെട്ട ജീവിതങ്ങൾ

അതിന്റെ ജീവനുള്ള സാക്ഷ്യങ്ങളായി.

പ്രവാസകാലത്തെ ഒറ്റപ്പെടലുകൾക്കും വ്യക്തിഗത ദുഃഖങ്ങൾക്കുമപ്പുറം മനുഷ്യാവസ്ഥകളെ പരസ്പരം പങ്കിടുന്നതിൽ വ്യാപൃതമായ, ഒരിക്കലും മറക്കാനാവാത്ത, അദ്ധ്യായമായിരുന്നു അബുദാബിയിലെ വൈകുന്നേരങ്ങൾ. ജനാധിപത്യത്തിനും സ്വാതന്ത്ര്യത്തിനും വേണ്ടി പോരാടുന്ന പലസ്തീൻ യുവാക്കൾ, ലബനോണിലെ മതേതര പാർട്ടിയെ നയിക്കുന്ന വലീദ് ജുമ്ലാത്ത്, ദക്ഷിണാഫ്രിക്കയിലെ അപ്പാർത്തീഡ് ഭരണകൂടം ക്രൂരമായി കൊലചെയ്ത കമ്യൂണിസ്റ്റും കവിയുമായ ബെഞ്ചമിൻ മൊളോയിസ്; ഇവരൊക്കെ ആ സമയത്തെ ഞങ്ങളുടെ സാമൂഹ്യ ഉൽക്കണ്ഠകളായിരുന്നു. അബുദാബി മലയാളികളുടെ സാംസ്കാരിക കേന്ദ്രം സംഘടിപ്പിച്ച കൂട്ടായ്മകളിലൂടെ ഇത്തരം സാമൂഹ്യ ഉൽക്കണ്ഠകൾ പങ്കുവയ്ക്കുകയും അവരോടുള്ള ഐക്യദാർഢ്യവും ധാർമ്മിക പിന്തുണയും അറിയിക്കുകയും ചെയ്തുകൊണ്ടിരുന്നു.

നിലാവിന്റെ സാന്ദ്രപ്രഭയിൽ തിളങ്ങുന്ന ആകാശം. ചത്വരത്തിലിരുന്ന ഞങ്ങൾക്ക് പൂർണ്ണചന്ദ്രനെ കാണാമായിരുന്നു. സംവാദം അവസാനിപ്പിച്ച്, തണുത്ത കാറ്റേറ്റും ആകാശം നോക്കിയും വെറുതെയങ്ങനെ അവിടെ ഇരുന്നു. ചാന്ദ്രവെളിച്ചത്തിൽ കുളിച്ച്, അതിന്റെ കുളിർമ്മനിറഞ്ഞ കാല്പനിക ഭാവങ്ങളിൽ സ്വയം അലിഞ്ഞില്ലാതാവുകയായിരുന്നു ഞങ്ങൾ. മരുഭൂമിയിലെ മനുഷ്യന് ചന്ദ്രൻ അറിവിന്റെ അനേകദാനങ്ങൾ കൊടുത്തിട്ടുണ്ടെന്ന അറിവ് കേവലമല്ലെന്ന് ഞാൻ ദാസിനോട് പറഞ്ഞു. അവൻ അങ്ങനെയെന്ന് തലയാട്ടി സമ്മതിച്ചു. വിസ്തൃതമായ മരുക്കടയിലെ സമയപ്പട്ടികയുടെ ആധാരം ചന്ദ്രനും അതിന്റെ വൃദ്ധിക്ഷയങ്ങളുമായിരുന്നെന്ന് ഇരുവർക്കും അറിയാമായിരുന്നു.

എത്ര നേരമാണ് അങ്ങനെ ഇരുന്നതെന്നറിഞ്ഞില്ല. ദാസിനോടു യാത്രചോദിച്ച് വാസസ്ഥലത്തേക്ക് കാൽനടയായി യാത്ര തിരിച്ചു. നഗരത്തിനകത്തെ അംബരചുംബികളുടെ, രമ്യഹർമ്മങ്ങളുടെ പശ്ചാത്തലത്തിൽ ഒരുകൊച്ചുരൂപം മാത്രമായി ഞാൻ. ലോകത്തിന്റെ നാനാഭാഗത്തുനിന്നും വന്നടിഞ്ഞ വിവിധ ജനസമൂഹങ്ങളുടെ വൻനിരയാണ് ചുറ്റും. വൈവിദ്ധ്യങ്ങളും വൈജാത്യങ്ങളുംകൊണ്ട് നിർമ്മിച്ച ബഹുസ്വരമായ ഈ നാഗരിക സമൂഹത്തിലെ ഇങ്ങേയറ്റത്തെ കണ്ണിയായ ഞാൻ ആരാണ്? എന്താണ്? സ്വന്തം ചോദ്യങ്ങളിൽ സ്വയം ചിരിക്കാതിരിക്കാനായില്ല. ഇത്തരമൊരു ജീവിതാവസ്ഥയെ സമഗ്രമായി അപഗ്രഥിക്കുക എന്നത് ഒരു സൂക്ഷ്മദൃഷ്ടിക്കുപോലും ശ്രമകരമായിരിക്കുമെന്ന് എന്നോട് ഉത്തരമായി പറഞ്ഞു.

ലിഫ്റ്റ് കാത്തുനില്ക്കുകയായിരുന്നു. അപ്പോഴാണ് സഹമുറിയനായ ശബീർ കടന്നുവന്നത്. ശബീർ ജോലി കഴിഞ്ഞ് വരികയാണ്. ഞങ്ങളെയും വഹിച്ച് ലിഫ്റ്റ് പന്ത്രണ്ടാം നിലയിൽ ചെന്നെത്തി. മുറിയിൽ ഞങ്ങൾ സ്വകാര്യതയിലേക്ക് മുഖം പൂഴ്ത്തി. കിടക്കയിലേക്ക് വീണ ഞാൻ ശബീറിന്റെ വർത്തമാനങ്ങൾക്ക് കാതോർത്തു. അവനങ്ങനെ

യാണ്; കിടക്ക കാണേണ്ടതാമസം ഉറങ്ങും. ഉറക്കത്തിലവൻ സംഭാഷണങ്ങളിലേർപ്പെടുന്നത് പതിവാണ്. പലപ്പോഴും സ്വന്തം ബാപ്പയുമായാണ് സംസാരിക്കാറ്. ശബീറിന്റെ സംഭാഷണം കേൾക്കുന്ന ദിവസങ്ങളിലൊക്കെ തോന്നാറ് ബാപ്പയുടെ ബാക്കിജീവിതമാണ് അവൻ ഈ മണലാരണ്യത്തിൽ ജീവിച്ചുതീർക്കുന്നത് എന്നാണ്. അവൻ ബാപ്പയുടെ കഥ ഓർമ്മിപ്പിച്ചു പറയുമ്പോഴൊക്കെ ഇക്കാര്യം അവനോട് പറയാറുമുണ്ട്.

ശബീറിന്റെ ബാപ്പ മുഹയുദ്ദീൻ അതിസാഹസികമായി ഗൾഫ് നാട്ടിൽ എത്തിപ്പെട്ടയാളാണ്. പലചരക്കു സാധനങ്ങളുമായി ബോംബെയിൽനിന്നും പുറപ്പെടുന്ന ലോഞ്ചിന്റെ അടിത്തട്ടിയിലെ അറയിൽ ഒളിച്ചാണ് അയാൾ കടൽ കടന്നത്. അവർ പതിനഞ്ച് പേരുണ്ടായിരുന്നു. ഏറെപ്പേരും മലയാളികൾ. ഒരു മാസത്തെ യാത്രാ ദൂരമായിരുന്നു ബോംബെയിൽ നിന്നും ദുബൈ കരയിലേക്ക്. അധികംപേർക്കും കടൽച്ചൊരുക്ക് പിടിപെട്ടു. പലരും അവശരായി. കൂട്ടത്തിൽ ഒരാൾ മരിച്ചു. വടകരയിലെ ഓർക്കാട്ടേരിക്കാരൻ പോക്കർ ആയിരുന്നു അത്. അയാളുടെ ശരീരം അവർക്ക് ആഴക്കടലിലേക്ക് വലിച്ചെറിയേണ്ടിവന്നു. കരപറ്റിയവർ പല വഴിക്ക് ജീവിതം കണ്ടെത്തി. മുഹയുദ്ദീനും പത്തിരുപത്തഞ്ച് വർഷം ഇവിടെ കഴിച്ചുകൂട്ടി. പല ജോലികൾ ചെയ്തു. പലതരം കച്ചവടത്തിലേർപ്പെട്ടു. ഒന്നിലും അയാൾക്ക് പിടിച്ചുനില്ക്കാനായില്ല. അത്രയും നാളത്തെ അലച്ചിലും കഠിനാദ്ധ്വാനവും കാരണം അയാൾ നിത്യരോഗിയായിത്തീർന്നു. കച്ചവടത്തിൽ വലിയ സാമ്പത്തിക നഷ്ടം കൂടി വന്നുപെട്ടപ്പോൾ ഒന്നും താങ്ങാൻ കഴിയാത്ത അവസ്ഥയിലുമായി. പതിവുപോലെ എല്ലാം തന്റെ സ്വതസ്സിദ്ധമായ രീതിയിൽ സഹിക്കാൻ അയാൾ ശ്രമിച്ചു. പക്ഷേ, എത്തിപ്പെട്ട മണ്ണിൽത്തന്നെ അയാളുടെ ജീവിതത്തിന് തിരശ്ശീല വീണു. അങ്ങനെ ഒട്ടും പശിമയില്ലാത്ത ഇവിടത്തെ മണ്ണിൽ മുഹയുദ്ദീന്റെ ശരീരം ലയിച്ചുചേർന്നു.

മുഹയുദ്ദീന്റെ കഥയിലെ ഓർക്കാട്ടേരിക്കാരൻ പോക്കറിന്റെ മരണം മനസ്സിൽ മുറിവുവീഴ്ത്തിയ ഒന്നായിരുന്നു. മനുഷ്യജീവിതത്തിന്റെ സമസ്യകളിൽ കെട്ടിപ്പടുത്ത അത് ആളുകൾ സമ്പത്തും പദവിയും തേടി ഇതുവരെ ചെയ്ത യാത്രകളുടെയെല്ലാം പാഠസഞ്ചികയായിരുന്നു. ഗൾഫുനാട് വിട്ട് കേരളക്കരയിൽ തിരിച്ചെത്തിയതിനുശേഷവും അക്കാര്യം നാട്ടുകാരോടും പറയുമായിരുന്നു. പോക്കർക്കും പാതിവഴിയിൽ മരിച്ചുപോയ ഓരോ യാത്രികർക്കുമുള്ള സ്മരണാഞ്ജലിയായിരുന്നു അത്.

പോക്കറിന്റെ കടൽമരണത്തെ ഒന്നുകൂടി ഓർക്കട്ടെ:

ലോഞ്ച് കരയിൽനിന്നും പുറപ്പെട്ടതിനുശേഷം അവൻ ജലപാനം കഴിച്ചില്ല. കടൽച്ചൊരുക്കിന്റെ തിക്തതയിൽ അവശത കൂടിവന്നു. എഴുന്നേറ്റു നില്ക്കാനുള്ള ശക്തിപോലും ഇല്ലാതായി. പതിനഞ്ചാം നാൾ പോക്കർ ലോകത്തോട് വിടചൊല്ലി. ഇരുപത്തിയഞ്ച് വയസ്സ് മാത്രമുള്ള, ഒരുപാടുനാൾ ഇനിയും ഈ ഭൂമുഖത്ത് ജീവിച്ചിരിക്കേണ്ട അയാൾ ജീവിതവിജയം തേടിയുള്ള യാത്രയിൽ രക്തസാക്ഷിയായി. പോക്കറിന്റെ

മരണം ഉറപ്പുവരുത്തിയ സഹയാത്രികർ അവന് ഉചിതമായ അന്ത്യശുശ്രൂഷ ആലോചിച്ചു. കടലിന്റെ അളവറ്റ ആഴങ്ങളിലാണ് അവർ അവന് ഇടം കണ്ടെത്തിയത്. പോക്കർ സ്വന്തം ഭാണ്ഡത്തിൽ കരുതിവച്ച വെള്ളമുണ്ട് അവർ പുറത്തെടുത്തു. ആ തുണി നാലു കഷണങ്ങളാക്കി പകുത്തു. ഒരു കഷണം മൃതശരീരത്തിൽ ഉടുപ്പിച്ചു. ഖുറാൻ വചനങ്ങൾ ഉരുവിട്ടുകൊണ്ട് ബാക്കി മൂന്ന് കഷണങ്ങൾകൊണ്ട് മൃതശരീരം മുഴുവനായും പൊതിഞ്ഞു. അന്ത്യകർമ്മങ്ങൾക്കുശേഷം വിട്ടുപിരിഞ്ഞവന്റെ ആത്മശാന്തിക്കായി എല്ലാവരും പ്രാർത്ഥനയിൽ മുഴുകി. കൂട്ടത്തിൽ ബലവാന്മാരായ രണ്ടുപേർ ചേർന്ന് ആ മൃതശരീരത്തിന്റെ തലയും കാലും പിടിച്ച് രണ്ടുപ്രാവശ്യം വായുവിൽ ചുഴറ്റി ഊക്കോടെ ആഴക്കടലിലേക്ക് യാത്രയാക്കി.

പതിവുപോലെ വൈകിയാണ് ഉറക്കം തേടിയെത്തിയത്. ഉറക്കത്തിന്റെ അന്ത്യയാമത്തിൽ ഏതോ മരുഭൂമിയിൽ, ദിക്കില്ലാമണൽപ്പരപ്പിൽ എത്തിയതായി തോന്നി. കടുത്തകാറ്റിന്റെ ശബ്ദകോലാഹലങ്ങളെ ഭഞ്ജിച്ചുകൊണ്ട് അങ്ങകലെനിന്ന് ആരുടെയോ തിരിച്ചറിയാൻ പറ്റാത്ത ശബ്ദം കേൾക്കുന്നു. ആ ശബ്ദം വളരെ വളരെ അടുത്തുവന്നു. ശബ്ദത്തിന്റെ തെളിച്ചം കാതുകളിൽ വന്നലച്ചു. ഇപ്പോൾ ശരിക്കും അതിന്റെ ഉറവിടം തിരിച്ചറിയാൻ കഴിയുന്നു, ഒരിറ്റുവെള്ളത്തിനായി വാവിട്ടുകരയുന്ന പിഞ്ചുകുഞ്ഞിന്റെ കരച്ചിൽ ആയിരുന്നു അത്. ആ പൈതൽ മരുഭൂമിയുടെ ഏതോ ഗർത്തത്തിൽ വെള്ളത്തിനായി കേഴുന്നു. എനിക്ക് വായിൽ ഉമിനീർ വറ്റിപ്പോയി. പരവേശത്തിൽ കട്ടിലിൽനിന്നും പിടഞ്ഞെഴുന്നേറ്റു. അടുക്കളയിലെ ഫ്രിഡ്ജിൽനിന്ന് അല്പം തണുത്തവെള്ളം ഗ്ലാസിലേക്ക് പകർന്ന് അകത്താക്കിയതിനുശേഷം വീണ്ടും മയക്കത്തിലമർന്നു. ജീവിതാന്വേഷകരുടെ ഉപ്പും വിയർപ്പും ഏറ്റുവാങ്ങി നഗരം പിന്നെയും പകലുകളിലേക്ക് കൺതുറന്നു.

4

പ്രശാന്തസുന്ദരമായ കടലോരനഗരം

ഗ്രീഷ്മത്തിലെ തണുത്ത രാത്രി. കടലിനഭിമുഖമായി നിലകൊള്ളുന്ന ചെറിയ കെട്ടിടത്തിലെ മുറിയിൽ ഏകനായി ഞാൻ. മഞ്ഞുകാലപ്പുലരികളിൽ കരയോടടുത്തുള്ള പ്രദേശങ്ങളിലേക്ക് കടലിൽനിന്നും മഞ്ഞുകട്ടകൾ ഒഴുകിയെത്തുന്നത് അപൂർവ്വ സുന്ദരമായ കാഴ്ചയായിരുന്നു. മനസ്സിലേക്ക് ഓർമ്മകൾ ഇരച്ചുവന്നുകൊണ്ടിരിക്കുന്നു. ചെറുപ്പത്തിലേ രാഷ്ട്രീയ പ്രവർത്തനങ്ങൾ, കൃഷ്ണപിള്ള ദിനത്തിന് പ്രഭാതഭേരി മുഴക്കിയ കുളിരണിഞ്ഞ വെളുപ്പാൻ കാലം. ഞങ്ങൾ ആകെ പത്തുപേർ മാത്രം. ഉശിരൻ മുദ്രാവാക്യങ്ങൾ. വിപ്ലവം ഒരുനാൾ നമ്മുടെ നാട്ടിലും പുലരുമെന്ന അചഞ്ചലമായ വിശ്വാസം ഉള്ളിൽ സവിശേഷമായ ഊർജ്ജം നിറച്ചിരുന്നു. ഉള്ളവനും ഇല്ലാത്തവനുമെന്ന വേർതിരിവുകൾ മാഞ്ഞുപോകും; സമത്വസുന്ദര കാലംവരും. ദൈവത്തിനുപോലും അതിന് തടയിടാൻ കഴിയില്ലെന്ന ആത്മവിശ്വാസം ചിന്തയെയും പ്രവർത്തനങ്ങളെയും ആവേശഭരിതമാക്കിയിരുന്ന കാലം.

അബുദാബി നഗരത്തിന്റെ സിരാകേന്ദ്രങ്ങളിൽനിന്നും ദൂരെമാറി പരന്നുകിടക്കുന്ന സൗമ്യവും ശാന്തവുമായ കടൽക്കരയാണ് ഖാലിദിയ്യ. ഈ ഭൂഭാഗം സുന്ദരമായ കടൽത്തീരംകൊണ്ട് സമൃദ്ധമാണ്. ജനസാന്ദ്രത കുറഞ്ഞ പ്രദേശം. എങ്ങും പൂന്തോട്ടങ്ങൾ. കെട്ടിടങ്ങൾ ഭംഗിയുള്ളതും പ്രകൃതിസൗന്ദര്യത്തെ ഏറെയൊന്നും മുറിപ്പെടുത്താത്തതുമാണ്. വീതിയും വൃത്തിയുമുള്ള നടപ്പാതകൾ. റോഡുകൾക്ക് ഓരോ ഭാഗത്തും മൂന്നുവീതം ട്രാക്കുകൾ. റോഡിന് ഇരുവശവും ജമന്തിപ്പൂക്കൾകൊണ്ട് നിറച്ച വർണ്ണരാജി. പാതയോരങ്ങൾ വിജനമായിരുന്നു. നടപ്പാതകൾ ചെത്തിമിനുക്കി വൃത്തിയാക്കിയ വർണ്ണക്കല്ലുകൾ പതിച്ചിരുന്നു. ഭൂമിയുടെ ഉയർച്ചതാഴ്ചയനുസരിച്ച് ഉണ്ടാക്കിയെടുക്കുന്ന ഭൂവിതാനങ്ങളുടെ മേൽ

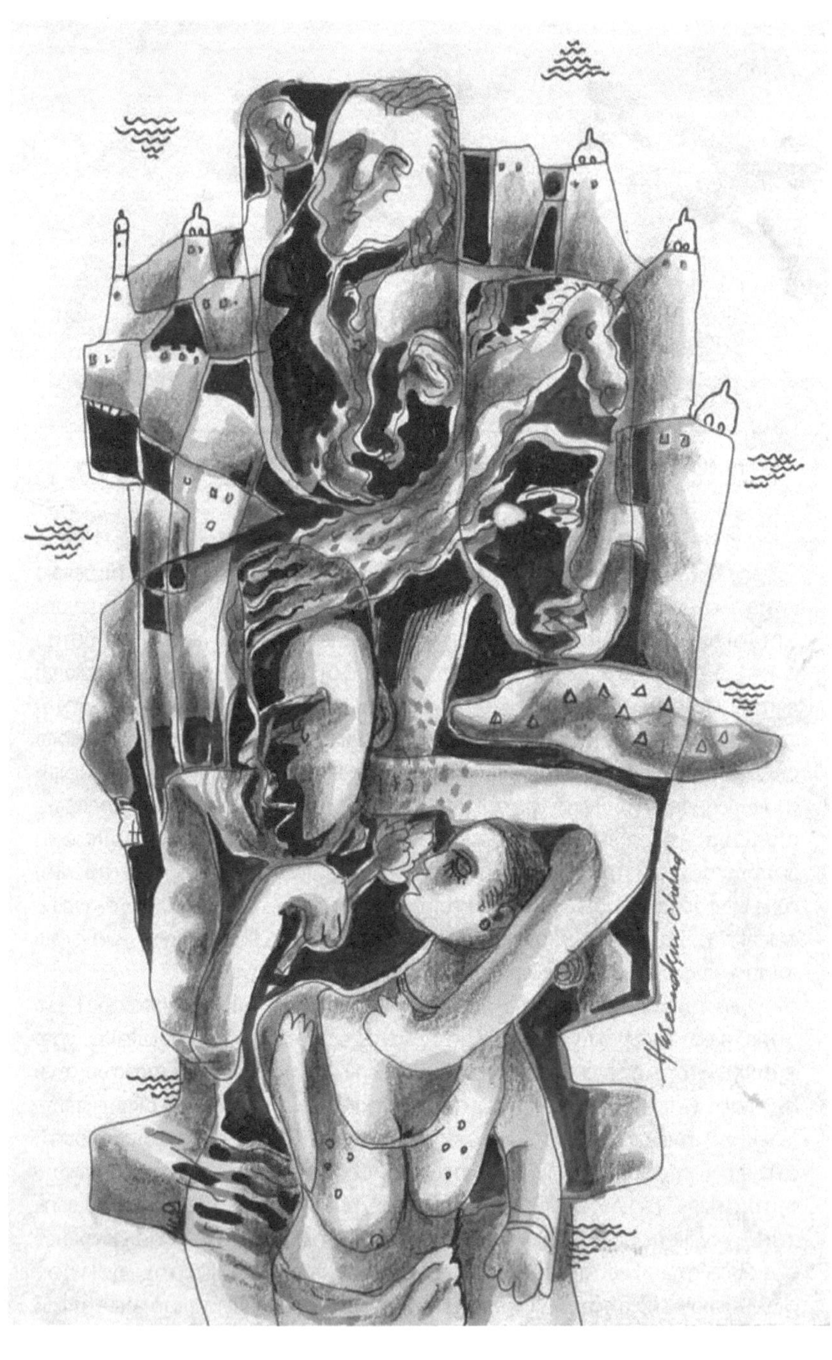

സൗന്ദര്യം ചാർത്താനെന്നോണം ദീപാലങ്കാരങ്ങളുടെ ചമയങ്ങൾ. നാണം കുണുങ്ങിയായ ബാലികയെപ്പോലെ അണിഞ്ഞൊരുങ്ങി നില്ക്കുകയായിരുന്നു ഖാലിദിയ്യ ഉദ്യാനം. കിളിവാതിലിലൂടെ എന്നും ഞാൻ ഈ ഉദ്യാനം കാണുന്നു. ദിവാൻ അൽ അമീറിൽനിന്നും ഏറെ അകലെയായിരുന്നില്ല ഖാലിദിയ്യ നഗരപ്രാന്തം. സമ്പന്നരായ തദ്ദേശീയരും അപൂർവ്വം ഇന്ത്യാക്കാരും കൂടുതൽ യൂറോപ്യൻ വംശജരുമായിരുന്നു. ഖാലിദിയ്യയിലെ താമസക്കാർ.

യൂറോപ്യന്മാർക്കുവേണ്ടി എൺപതുകളുടെ തുടക്കത്തിൽത്തന്നെ ഖാലിദിയ്യയിൽ ആധുനിക രീതിയിലുള്ള സൂപ്പർ-ഹൈപ്പർ മാർക്കറ്റ് സംവിധാനങ്ങൾ ഉണ്ടായിരുന്നു. വിദേശ സൂപ്പർമാർക്കറ്റുകളായ ആൽബർട്ട് അബേല, പ്രിസിനിക്, സ്പിന്നിസ് എന്നിവയുടെ ശാഖകൾ ഇവിടെ അന്ന് പ്രവർത്തിച്ചിരുന്നു. കടൽത്തീരത്തിന്റെ തൊട്ടുതന്നെ കടലിനഭിമുഖമായി പഴഞ്ചൻരീതിയിൽ തീർത്ത തദ്ദേശീയരായ അറബികളുടെ വാസസ്ഥലത്തോടനുബന്ധിച്ച് ഒട്ടക ആലയങ്ങളുടെ ഇടയിൽ ചായ്പ്പ് പോലുള്ള ആസ്ബസ്റ്റോസ് മേഞ്ഞ മുറിയിലായിരുന്നു ഞങ്ങൾ അഞ്ചുപേർ താമസിച്ചിരുന്നത്. അപൂർവ്വ സമയങ്ങളിൽ മഴയുണ്ടായാൽ ഭൂവിതാനത്തിന് താഴെയായി നിലകൊള്ളുന്ന ഈ കെട്ടിടങ്ങൾ വെള്ളം കൊണ്ട് നിറയുമായിരുന്നു. അപ്പോൾ ഇരുമ്പുകട്ടിലും മെത്തയും വെള്ളത്തിൽ നീന്തിക്കളിക്കുക പതിവായിരുന്നു.

വിൽസൺ, സാമുവൽ, ഹരീന്ദ്രൻ, അബ്ദുൾ ലത്തീഫ്, മുഹമ്മദ്കുട്ടി എന്നിവരായിരുന്നു ഒപ്പം മുറിയിൽ താമസിച്ചിരുന്നത്. വിൽസൺ സാമുവൽ തിരുവിതാംകൂറുകാരനായിരുന്നു. ഹരീന്ദ്രൻ ഒറ്റപ്പാലത്തുകാരനും. ഇവിടെ അപൂർവ്വമായേ മഴ പെയ്യാറുള്ളൂവെങ്കിലും ആ വർഷം ദിവസങ്ങളോളം നീണ്ട മഴയുണ്ടായി. വൈകുന്നേരം ജോലി കഴിഞ്ഞ് തിരിച്ചെത്തിയ വിൽസണ് കാണാൻ കഴിഞ്ഞത് തന്റെ ഇരുമ്പുകട്ടിലും കട്ടിലിനടിയിൽ സൂക്ഷിച്ച ബ്രീഫ്കേസും വെള്ളത്തിൽ മുങ്ങിയിരിക്കുന്നതാണ്.

അപ്പോൾ വിൽസൺ ആത്മഗതമെന്നോണം പറഞ്ഞു:

“ഒരു മഴയ്ക്കു കൊള്ളാത്ത ഇവന്മാരുടെയൊക്കെ ഒരു നാട്!”

കൂടുതലും അറബി വംശജരുടെ വീടുകളാണ് ഞങ്ങളുടെ താമസസ്ഥലത്തിനുചുറ്റും. വീടുകളൊക്കെ പഴഞ്ചനാണെങ്കിലും വീടിനു മുമ്പിൽ പുതിയ അമേരിക്കൻ നിർമ്മിതിയിലുള്ള കാഡിലാക്ക് കാറുകളാണ്. ഒരു ഭാഗത്ത് അറബികളുടെ പഴയ യാത്രാവാഹനമായ ഒട്ടകങ്ങളും മറുഭാഗത്ത് ആധുനികതയുടെ പ്രതീകമായ കാഡിലാക്ക് കാറുകളും. കാറുകളുടെയും ഒട്ടകങ്ങളുടെയും കാഴ്ചകണ്ട നർമ്മപ്രിയനായ ഹരീന്ദ്രൻ ഒരിക്കൽ മുറിയിലുള്ളവരെ അഭിസംബോധന ചെയ്തുകൊണ്ട് പറഞ്ഞു.

“ക്യാമലിൽനിന്നും കാഡിലാക്കിലേക്കുള്ള ദൂരം അധികമല്ലെന്ന് ഞാൻ ഈ അറബികളെ നോക്കി സാക്ഷ്യപ്പെടുത്തുന്നു.”

ഹരിയെ പ്രസന്നവദനനായേ കണ്ടിട്ടുള്ളൂ. തരളഹൃദയനുമായിരുന്നു.

പിന്നീടാണ് ഇതിന്റെ രഹസ്യം മനസ്സിലാക്കുന്നത്. ഹരിയുടെ ഇരുമ്പു കട്ടിലിനടിയിൽ പാതികുടിച്ച മദ്യത്തിന്റെ പാനപാത്രം എന്നുമുണ്ടായിരുന്നു. സഹമുറിയന്മാർ പറഞ്ഞാണ് ഹരിയുടെ വ്യക്തിജീവിതത്തിൽ വന്നുപെട്ട ദുരന്തങ്ങളുടെ കഥ അറിയുന്നത്. ഹരി അബുദാബിയിലെത്തിയത് കോൺട്രാക്ട് കമ്പനിയുടെ കരാർ വിസയിലായിരുന്നു. കമ്പനി ഒരു വർഷത്തോളം സുഗമമായി പ്രവർത്തിച്ചു. പിന്നീട് നഷ്ടത്തിലേക്കു കൂപ്പുകുത്തി. നടത്തിപ്പുകാരുടെ കെടുകാര്യസ്ഥതയായിരുന്നു കാരണം. പതിവുപോലെ ഒരുദിവസം കാലത്ത് ഹരി ജോലിക്കു ചെന്നപ്പോൾ കണ്ട കാഴ്ച ദയനീയമായിരുന്നു. കമ്പനി പൂട്ടി ഉടമയായ അറബി എങ്ങോ സ്ഥലം വിട്ടിരിക്കുന്നു. ക്രമേണ നടത്തിപ്പുകാരായ ലബനോൺകാരും ഈജിപ്തുകാരും അവരവരുടെ നാട്ടിലേക്ക് പലായനം ചെയ്തു. പാസ്പോർട്ട്, വിസ മുതലായ രേഖകളൊന്നുമില്ലാതെ അനേകം ഇന്ത്യക്കാരും പാകിസ്ഥാൻകാരും ബംഗ്ലാദേശുകാരും അബുദാബിയിൽ കുടുങ്ങിപ്പോയി. ജോലി നഷ്ടപ്പെട്ടു. എന്നുമാത്രമല്ല വേറെ സ്ഥാപനങ്ങളിലേക്ക് ജോലി മാറാനോ നാട്ടിലേക്കു തിരിച്ചുപോകാനോ ആവാതെ ചെകുത്താനും കടലിനുമിടയിൽപ്പെട്ട് ഉഴലുന്ന അവസ്ഥയിലായി അവർ. കൂനിന്മേൽ കുരുവെന്ന പോലെ കമ്പനിയെ അധികൃതർ കരിമ്പട്ടികയിലുംപെടുത്തി. അതോടെ നിയമപരമായി ഈ കമ്പനിയുടെ ഒരിടപാടും നടക്കാതെയുമായി. മാസങ്ങൾ അങ്ങനെ കടന്നുപോയി. ഹരി താല്ക്കാലിക ജോലികൾ പലതും ചെയ്തു. എവിടെയെങ്കിലും ജോലി സ്ഥിരമാവണമെങ്കിൽ പാസ്പോർട്ടെങ്കിലും കൈയിൽ വേണം. ഹരിയുടെ കൈയിൽ ഒരു രേഖയും ഉണ്ടായിരുന്നില്ല. രേഖകളും പാസ്പോർട്ടുമെല്ലാം പഴയ കമ്പനി അധികൃതരുടെ കൈവശമായിരുന്നു.

ഹരിയുടെ ജീവിതത്തിൽ ദുരന്തങ്ങളുടെ വേലിയേറ്റമായിരുന്നു. ഭാര്യക്ക് മാരകമായ രോഗം പിടിപെട്ടു എന്ന വാർത്ത നാട്ടിൽനിന്നും അയാളെ തേടിയെത്തി. പറക്കമുറ്റാത്ത രണ്ട് പിഞ്ചോമനകൾ, അമ്മ. അയാളായിരുന്നു വീട്ടിലെ നെടുംതൂൺ. ഭാര്യയുടെ ചികിത്സാർത്ഥം സുഹൃത്തുക്കളിൽനിന്ന് പണം ശേഖരിച്ച് ഹരി നാട്ടിലെത്തിച്ചു. ചികിത്സയും പരിചരണവുമായി ആറു മാസത്തോളം കടന്നുപോയി. അവസാനം അത് സംഭവിച്ചു. ഹരിയുടെ സഹധർമ്മിണിയെ രോഗം കീഴടക്കി. അവർ ഈ ലോകത്തോട് വിടപറഞ്ഞു. എന്തു ചെയ്യണമെന്നറിയാതെ ഹരി ആകെ വെപ്രാളപ്പെട്ടു. ഹരിയുടെ കൂട്ടുകാർ പലവഴികളും ആലോചിച്ചു. ഹരിക്ക് നാട്ടിൽ പോവാനും ഭാര്യയെ അവസാനമായൊന്നു കാണാനുമുള്ള ശ്രമം നടത്തുകയായിരുന്നു അവർ. പക്ഷേ, നിരാശയായിരുന്നു ഫലം. കാരണം ഹരിയുടെ പാസ്പോർട്ട് പഴയ കമ്പനിയിൽ അകപ്പെട്ടുപോയിരിക്കുകയാണ്. പുതിയ പാസ്പോർട്ടിനുവേണ്ടി ഇന്ത്യൻ എംബസിയിൽ ഹരി കയറിയിറങ്ങാൻ തുടങ്ങിയിട്ട് മാസങ്ങളായി. നിയമത്തിന്റെ നൂലാമാലകളുടെ കുരുക്കുകൾ ഓരോന്നായി അഴിച്ചെടുത്ത് അവസാനം പുതിയ പാസ്പോർട്ടിനുള്ള അപേക്ഷ ഇന്ത്യൻ അധികൃതർ

സ്വീകരിച്ചിരുന്നു. പക്ഷേ, പാസ്പോർട്ട് കൈയിൽ കിട്ടിയിട്ടില്ല. പിന്നെ എങ്ങനെയാണ് നാട്ടിൽപ്പോവുക! ഹരിക്ക് നാട്ടിൽ പോവാനോ ഭാര്യയുടെ ചേതനയറ്റ ശരീരം ഒരുനോക്കു കാണാനോ തന്റെ പിഞ്ചോമനകളെ ആശ്വസിപ്പിക്കാനോ കഴിഞ്ഞില്ല ദുരന്തങ്ങൾക്ക് ഒരിക്കലും മനുഷ്യസ്നേഹത്തിന്റെ മുഖമല്ല ഉള്ളത് എന്ന് ഹരി വേദനയോടെ ഓർക്കുന്നു.

നീണ്ട കാത്തിരിപ്പിനുശേഷം ഹരിക്ക് പുതിയ പാസ്പോർട്ട് കിട്ടി. ജോലിക്കു ശ്രമിച്ചുകൊണ്ടിരുന്നു. വർഷം രണ്ട് കടന്നുപോയതറിഞ്ഞില്ല. പുതിയ ഒരു ജോലി കിട്ടി. പാസ്പോർട്ടിൽ സ്റ്റേ വിസയടിച്ചാലേ സാധാരണപോലെ നാട്ടിലേക്കുപോവാൻ പറ്റൂ. അതിനുള്ള കഠിനശ്രമത്തിലായിരുന്നു ഹരി. കനൽക്കൂമ്പാരത്തിന്മേൽ അടയിരിക്കുന്ന ഹരിയുടെ ദുഃഖങ്ങൾ വെള്ളത്തിൽ ഉപ്പ് എന്നപോലെ മദ്യത്തിൽ അലിയിച്ചുകളയാൻ കഴിഞ്ഞോ എന്നറിയില്ല. ആ മുറിയിൽനിന്ന് ഞങ്ങൾ പലവഴിക്ക് പിരിഞ്ഞു. ഹരിയും മറ്റുള്ളവരും അബുദാബിയുടെ ഏതോ കോണിൽ ജോലി ചെയ്ത് കുടുംബം പോറ്റി കഴിയുന്നുണ്ടാവും. ജീവിതത്തിന്റെ വിവിധ സാഹചര്യങ്ങളിൽ നാം എത്രയോ മനുഷ്യരെ കണ്ടുമുട്ടുന്നു. അവർ പിന്നീട് എങ്ങോ പോയി മറയുന്നു. അതിലൊരാളായി ഹരിയും മാഞ്ഞുപോയി.

ഞാൻ ജോലി ചെയ്യുന്ന ഓഫീസ് കെട്ടിടം ഇപ്പോഴത്തെ താമസസ്ഥലത്തുനിന്നും ഏറെ അകലെയൊന്നുമായിരുന്നില്ല. നടന്നുപോകാനുള്ള ദൂരമേ ഉണ്ടായിരുന്നുള്ളൂ. കടലിനു തൊട്ടുപോകുന്ന, അബുദാബിയുടെ രാജവീഥി എന്ന് വിശേഷിപ്പിക്കാവുന്ന പ്രധാന റോഡിലൂടെയാണ് നടത്തം. ഈ റോഡിന് ആലങ്കാരികമായുള്ള വിശേഷണമല്ല രാജവീഥി എന്നത്. 'അൽബത്തീൻ പാലസ്' എന്ന കൊട്ടാരത്തിലേക്കുള്ള പ്രധാന വഴിയാണിത്. ഐക്യ എമിറേറ്റ്സിന്റെ പ്രസിഡന്റും യു എ ഇ രൂപീകരണത്തിൽ മുഖ്യപങ്കുവഹിച്ച, ഇന്ന് രാഷ്ട്രത്തിന്റെ പിതാവായി ജനങ്ങൾ കണക്കാക്കിപ്പോരുന്ന ഷെയ്ഖ് സായിദിന്റെ പ്രധാന കൊട്ടാരസമുച്ചയം സ്ഥിതി ചെയ്യുന്നത് അൽബത്തീൻ പാലസിലായിരുന്നു. പാലസിനടുത്തുള്ള പടുകൂറ്റൻ കെട്ടിടത്തിലായിരുന്നു എന്റെ ഓഫീസ്.

അതികാലത്തുതന്നെ ഇവിടെ ഓഫീസുകൾ പ്രവർത്തിച്ചുതുടങ്ങും. വർഷങ്ങളോളം സേവനമനുഷ്ഠിച്ച അവിടത്തെ എന്റെ പ്രഭാതങ്ങൾ എപ്പോഴും ആഹ്ലാദപൂർവ്വമായിരുന്നു. ഓഫീസിലേക്കുള്ള കാൽനട യാത്ര എളുപ്പവും ആയാസരഹിതവുമായിരുന്നു. പലസ്തീൻ വംശജരും ഈജിപ്തുകാരും സുഡാനികളും നിറഞ്ഞതായിരുന്നു ഓഫീസ്. വലിയ ഉദ്യോഗസ്ഥരെല്ലാം തദ്ദേശവാസികളും ഉയർന്ന ഗോത്രത്തിൽ പെട്ടവരുമായിരുന്നു. സുന്ദരികളായ പലസ്തീനി സ്ത്രീകളും മാംസളമായ ശരീരപ്രകൃതിയും ചുവന്നുതുടുത്തവരുമായ ഈജിപ്ഷ്യൻ സുന്ദരികളും കറുത്തവരും എണ്ണമയമുള്ള ശരീരപ്രകൃതിക്കാരികളുമായ സുഡാനി പെൺകുട്ടികളും ഓഫീസിൽ ജോലിക്കാരായി ഉണ്ടായിരുന്നു. എൺപതുകളിൽ അങ്ങനെയായിരുന്നു ഏതാണ്ടെല്ലാ യു എ ഇ ഓഫീസുകളി

ലെയും സ്ഥിതി. പരിഷ്കൃത ഭരണകൂട നിർമ്മിതിയായിരുന്നു അവിടെ നടന്നുകൊണ്ടിരുന്നത്. പലസ്തീൻകാരും ഈജിപ്തുകാരും ഗോത്രപ്പഴമയിൽനിന്ന് ഒരു പരിധിവരെ മോചിതരായ സിവിൽ സമൂഹമായിരുന്നു. അവരിൽ പലരും പാശ്ചാത്യരാജ്യങ്ങളിൽ വിദ്യാഭ്യാസം നേടിയവരുമായിരുന്നു.

ഖാലിദിയ്യായിൽനിന്ന് ഓഫീസ് സമുച്ചയം സ്വന്തം കെട്ടിടത്തിലേക്ക് മാറ്റി സ്ഥാപിക്കപ്പെട്ടു. മുസ്സഫ റോഡിൽ വളരെ വിശാലമായ കോമ്പൗണ്ടിനകത്തായിരുന്നു പുതുതായി പ്രവർത്തനം ആരംഭിച്ചത്. ചുറ്റും ധാരാളം ഒഴിഞ്ഞ സ്ഥലങ്ങളും നിറയെ ഈന്തപ്പനകളും മാവുകളും ചെറുനാരകങ്ങളും നിറഞ്ഞതായിരുന്നു ഓഫീസ് പരിസരം. ഓഫീസിൽനിന്ന് പുറത്തിറങ്ങിയാൽ ജൈവ വൈവിദ്ധ്യങ്ങളുടെ നിറസാന്നിദ്ധ്യമായിരുന്നു ഏവരെയും എതിരേറ്റിരുന്നത്. കസ്ബറിയുടെ ഇലകളും പൂക്കളും കായ്കളും എന്നും സുന്ദരമായ കാഴ്ചയായിരുന്നു.

ഈന്തപ്പഴമരങ്ങൾ വർഷത്തിൽ രണ്ടുപ്രാവശ്യം നമ്മുടെ തെങ്ങോലകൾപോലെ മടൽമുറിച്ചുകളയുക പതിവാണ്. ഈന്തപ്പനയിൽ ആൺ പെൺ വ്യത്യാസമുണ്ടെന്നത് അറിയുന്നത് കാർഷിക വകുപ്പിലെ ജോലിക്കാർ പറഞ്ഞപ്പോഴാണ്. ആ അറിവ് അത്ഭുതപ്പെടുത്തിയിരുന്നു. ഐക്യ അറബ് എമിറേറ്റ്സിൽ പതിമൂന്നുതരം ഈന്തപ്പഴങ്ങൾ ഉണ്ടെന്നും അതിന്റെ നിറവും രുചിയും വേറിട്ടതാണെന്നും പിന്നീട് മനസ്സിലാക്കി. ഇവിടത്തുകാർക്ക് ഈന്തപ്പഴത്തിന്റെ ഓരോ ഇനവും വേർതിരിച്ചറിയാൻ കഴിയും. നമ്മുടെ തെങ്ങിനെന്നപോലെ ഈന്തപ്പഴത്തിന്റെ വിവിധ പാകത്തിലുള്ള പഴങ്ങളും അതിന്റെ ഓരോ ഇലകൾക്കും മടലുകൾക്കും വിവിധ പേരുകളുണ്ട്. തെങ്ങിന്റേതുപോലെ, പ്രത്യേക പദനിഘണ്ടു ഈന്തപ്പനയ്ക്കും അറബിഭാഷയിൽ ഉണ്ട്. പണ്ടത്തെ വരണ്ടുണങ്ങിയ മരുഭൂമിയല്ല ഇന്നത്തെ അറേബ്യ, ധാരാളം സസ്യജാലങ്ങളാലും പക്ഷിമൃഗാദികളാലും സമൃദ്ധമാണിവിടം.

ഒരു ശരത്കാലം കൂടി കടന്നുപോയി. കടുത്ത ചൂടിന്റെ നാളുകളാണ് ഇനി വരുന്നത്. ശരത്കാല അബുദാബിയുടെ അന്തരീക്ഷത്തിന് പ്രത്യേക മണമാണെന്നാണ് സുഹൃത്തും കവിയുമായ കമറുദ്ദീൻ ആമയം പറയുക. കമറുദ്ദീന്റെ തമാശകൾക്ക് ഒരിക്കലും അറുതിയില്ലായിരുന്നു. ശരത്കാലത്താണ് അബുദാബിയിൽ ഈന്തപ്പനകൾ പൂവിടുന്നത്. അപ്പോൾ ഈന്തപ്പനപ്പൂക്കളുടെ രൂക്ഷവും മാദകവുമായ ഗന്ധം വായുവിലെങ്ങും നിറഞ്ഞു നില്ക്കും. കുഴച്ച ഗോതമ്പുമാവ് ഉണങ്ങിയ മണമാണപ്പോൾ അബുദാബിയുടെ അന്തരീക്ഷത്തിന്. പുരുഷാകർഷകമായ സ്ത്രൈണ മണമാണത്. ആ മണത്തെ കമറുദ്ദീൻ വിശേഷിപ്പിക്കുന്നത്. 'നല്ല സ്വർണ്ണവർണ്ണമുള്ള സ്ത്രൈണ മണം' എന്നാണ്.

മണത്തിന് വർണ്ണമോ? തീർച്ചയായും മണത്തിനും വർണ്ണരാജിയുണ്ട്. പ്രകൃതിയെ സൂക്ഷ്മമായി നിരീക്ഷിക്കുന്നവർക്കു മാത്രമേ അത് അനുഭവിക്കാൻ പറ്റൂ. സ്ഥൂലമായ പ്രകൃതി എന്നും സാധാരണക്കാർക്ക്

ഒരുപോലെയേ തോന്നുകയുള്ളൂ.

കമറുദ്ദീൻ പറഞ്ഞത് തികച്ചും ശരിയായിരുന്നു. സൂക്ഷ്മനിരീക്ഷണം കൊണ്ടേ പ്രകൃതിയുടെ യഥാർത്ഥ സത്ത മനസ്സിലാക്കാൻ കഴിയൂ. അപ്പോൾ മണത്തിലും മനോഹരമായ വർണ്ണരാജികൾ തെളിയും.

ഈന്തപ്പനകളിൽ പ്രകൃതിദത്തമായി മാത്രം പരാഗണം നടക്കുന്നില്ല. അഥവാ അങ്ങനെ നടന്നാൽത്തന്നെ പഴങ്ങൾ അത്രമാത്രം സമൃദ്ധമായി ഉണ്ടാവുകയില്ല. ശരത്കാലത്ത് ഇവിടെ എന്നും തണുത്ത ചെറുകാറ്റ് വീശിയടിക്കുക പതിവാണ്. ഈ ഇളംതെന്നൽ അന്തരീക്ഷത്തെ കാമുകൻ കാമുകിയെ എന്നപോലെ പുണർന്നുകൊണ്ടിരിക്കും. ഈ കാറ്റിലൂടെയാണ് ഈന്തപ്പഴ മരങ്ങളിൽ പരാഗണം നടക്കുന്നത്. ഈ സമയത്ത് വിടർന്ന പെൺകുലയുടെ മേൽ ആൺകുല അറുത്തെടുത്ത് കൂട്ടിവയ്ക്കേണ്ടതുണ്ട്. ആ ആൺകുലയിൽനിന്ന് പറന്നുവീഴുന്ന പൂമ്പൊടികൾ പെൺകുലകൾ ഏറ്റുവാങ്ങുന്നു. അങ്ങനെയാണ് ഈ അപൂർവ്വ പരാഗണ പ്രക്രിയ നടക്കുന്നത്.

പെട്ടെന്നാണ് കാലാവസ്ഥ മാറിപ്പോകുന്നത്. പ്രകൃതി കോപിഷ്ഠയായ പെണ്ണിനെപ്പോലെ പ്രക്ഷുബ്ധമാവുന്നു. അപ്പോൾ അന്തരീക്ഷത്തിൽ ചൂടേറിയ കടുത്ത മണൽക്കാറ്റുകൾ ചീറിയടിക്കുന്നു. ഈന്തപ്പഴ മരങ്ങൾ മലയാളിയെ സംബന്ധിച്ചിടത്തോളം തെങ്ങുകളെ മനസ്സിൽ പുനർജ്ജനിപ്പിക്കുന്നു. ഈന്തപ്പഴമരങ്ങൾ പൂത്തുകണ്ടാൽ മലയാളി മനസ്സുകളും ഉന്മാദഭരിതമായിത്തീരുന്നു. ആഞ്ഞുവീശുന്ന ചുടുകാറ്റിൽ ഈന്തപ്പനയുടെ കുലകൾ അമ്മാനമാടുമ്പോൾ പരാഗണ പൂമ്പൊടികൾ പെൺപനയുടെ പൂക്കുലകളുമായി ലയിച്ചുചേർന്ന് ചുവന്നു തുടുത്ത ഈന്തപ്പഴങ്ങൾ മരുഭൂമിയിലെ ഒരത്ഭുതംപോലെ ഉണ്ടായി വരുന്നു. അത് മണം പരത്തി അബുദാബിയുടെ പ്രകൃതിയിൽ ഇന്ദ്രജാലങ്ങൾ തീർക്കുന്നു.

5

നാടകംപോലെ ജീവിതം

പുരാതന ഗോത്രസ്മൃതികളിൽനിന്നും വലിയ ദൂരത്തിലായിരുന്നില്ല ഗൾഫ് മേഖലകളിലെ അറബികളുടെ ജീവിതം. പാരമ്പര്യത്തിന്റെയും ഗോത്രമഹിമയുടെയും വ്യക്തിപ്രഭാവത്തിന്റെയും പ്രകടിപ്പുകളും വിനിമയങ്ങളും എവിടെയും കാണാമായിരുന്നു. കുടുംബപരമായ ഒരാസൂത്രണവും അവർക്ക് ഉണ്ടായിരുന്നില്ല. അല്ലെങ്കിൽ അങ്ങനെ ഒന്നിനെക്കുറിച്ച് അവർക്ക് അറിഞ്ഞുകൂടായിരുന്നു. പുറത്ത് ഒരുപോലെ വൃത്തിയുള്ളവരും വെള്ള വസ്ത്രധാരികളും സുഗന്ധദ്രവ്യങ്ങൾ പൊതിഞ്ഞവരുമൊക്കെ ആണെങ്കിലും അവർ സാമ്പത്തികവും സാമൂഹ്യവുമായ വലിപ്പച്ചെറുപ്പങ്ങളിൽ കഴിയുന്നവരായിരുന്നു. പൊതുവെ സമ്പത്തിന്റെ പ്രകടിപ്പുകളിൽ തുറസ്സുള്ളതെന്ന് തോന്നിക്കുമെങ്കിലും സാമൂഹ്യശ്രേണിയിലെ പല അടരുകളും അടഞ്ഞതും പരുക്കനുമാണ്.

അറബികളുടെ ജീവിതം നാടകം പോലെയാണെന്നാണ് എനിക്കു തോന്നിയിട്ടുള്ളത്. പക്ഷേ, എന്റെ തോന്നലിനെ പലപ്പോഴും തിരുത്തേണ്ടിവന്നിട്ടുമുണ്ട്. അറബികളുടെ ജീവിതം നാടകം തന്നെയായിരുന്നു എന്നാണ് അതിന് എന്റെ തിരുത്തൽ. അറബികളുടെ ജീവിതനാടകം ഇന്നതരത്തിലുള്ളതെന്നു പേരിട്ടു വിളിക്കാനാവില്ല. ഒരേ സമയം അത് ഗോത്രനാടകവും ദുരന്തനാടകവും പ്രഹസനവും യഥാതഥനാടകവും അസംബന്ധനാടകവും അധുനാതനനാടകവും ഒക്കെ ചേർന്നതായിരുന്നു. കേരളക്കരയിൽ ജീവിച്ച ഒരാളുടെ രീതിയും മനോനിലയും പ്രമാണമാക്കിയുള്ള വിലയിരുത്തലാവാം എന്റേത്. എങ്കിലും ആ വിലയിരുത്തൽ ശരിവെക്കുന്നതായിരുന്നു അറേബ്യൻ സുഹൃത്തും സഹപ്രവർത്തകനുമായ ജമീൽ സലീമിന്റെ ജീവിതകഥ.

ജമീൽ എല്ലായ്പ്പോഴും കുടുംബകാര്യങ്ങൾ എന്നോട് പങ്കുവെക്കുക

പതിവായിരുന്നു. ഞാനും കുടുംബകാര്യങ്ങൾ ജമീലുമായി സംസാരിക്കാറുണ്ടായിരുന്നു. ജമീൽ നല്ല വിശ്വാസിയും മാന്യനുമായിരുന്നു. അദ്ദേഹം അറബ് വംശജയായ സുന്ദരിയായ സ്ത്രീയെ വിവാഹം ചെയ്തു. ആ സ്ത്രീയിൽ ജമീലിനു കുറെ കുട്ടികളുണ്ടായി. ജമീലിനു സർക്കാർ ജോലിയിൽനിന്നും മാന്യമായ വരുമാനവും മറ്റു ആനുകൂല്യങ്ങളും കിട്ടിക്കൊണ്ടിരുന്നു. വീടുവെക്കാനുള്ള സ്ഥലവും അതിനുവേണ്ട പണവും സർക്കാർ വക തന്നെ കിട്ടി. അങ്ങനെ സന്തോഷവും സംതൃപ്തിയും നിറഞ്ഞ ജീവിതമായിരുന്നു അദ്ദേഹം നയിച്ചിരുന്നത്. ജമീലിന്റെ ഭാര്യയുടെ അധിക പ്രസവംമൂലം അവർക്ക് തീരെ വയ്യാതായിത്തുടങ്ങി. ആൺകുട്ടികളെ കൃത്യമായി ശ്രദ്ധിക്കായ്മ മൂലം അവർ താന്തോന്നികളായി വളർന്നു. പെൺകുട്ടികൾ പഠിച്ചു ജോലിക്കുപോയിത്തുടങ്ങി. അവരുടെ വരുമാനം വീടിനു താങ്ങായി. അപ്പോഴാണ് ജമീലിനു മറ്റൊരുവിവാഹം വേണമെന്ന് തോന്നിത്തുടങ്ങിയത്. ഇവിടെ ഇത് സർവ്വസാധാരണമാണ്. ആരും അതിൽ ഒരത്ഭുതവും കണ്ടില്ല. എനിക്കാണെങ്കിൽ ഇവിടെ സർക്കാർ ജോലി കൂടാതെ ചെറുകിട കച്ചവടത്തിന്റെ ചില ഏർപ്പാടുകളുമുണ്ടായിരുന്നു. ഇതെല്ലാം അറിയുന്ന ജമീൽ എപ്പോഴും അറബി ഭാഷയിൽ പറയുമായിരുന്നു:

"അബ്ദുൾ സലാം, ഇൻന്ത ബഹീൽ കഞ്ചൂസ്!" (നീ പിശുക്കനാണ്).

അപ്പോൾ ജമീലിനോട് ഞാൻ ചോദിക്കും:

"ലേശ്?" (എന്തുകൊണ്ട്?)

"നിനക്ക് ജോലിയും കച്ചവടവുമുണ്ട്. എന്തുകൊണ്ട് നീ കാശു ചെലവാക്കി മറ്റൊരു വിവാഹം കഴിക്കുന്നില്ല?"

അറബികളെ സംബന്ധിച്ചിടത്തോളം ആരോഗ്യവും കാശുമുണ്ടെങ്കിൽ കല്യാണം കൂടുതൽ കഴിക്കാതിരിക്കുന്നത് കാശു ചെലവാക്കാനുള്ള മടി അഥവാ പിശുക്കുകൊണ്ടാണ്. ജമീൽ പിശുക്കനല്ലാത്തത് കൊണ്ടോ എന്തോ ഉടനെതന്നെ മറ്റൊരു വിവാഹം, കഴിച്ച് സുഖമായി ജീവിക്കാനാരംഭിക്കുകയും ചെയ്തു. സുമുഖിയായ ഒരു ബോംബെക്കാരി പെൺകുട്ടിയെയാണ് അൻപത് വയസ്സ് കഴിഞ്ഞ ജമീലിന് രണ്ടാം ഭാര്യയായി കിട്ടിയത്.

വർഷങ്ങൾ ദിവസങ്ങൾപോലെ കടന്നുപോയി. ജമീൽ ആദ്യ ഭാര്യയുമായി വളരെ അകന്നു. അവർ സംസാരിക്കുകയോ കാണുകയോ ചെയ്യുന്നത് അപൂർവ്വമായിത്തീർന്നു. ജമീലിനും ജമീലിന്റെ പുതിയ ഭാര്യ സൈറയ്ക്കും കുട്ടികളൊന്നുമുണ്ടായില്ല. ഗൾഫിൽ എത്തിയപ്പോൾ സൈറയുടെ സൗന്ദര്യം ഏറിവന്നതേയുള്ളൂ. സ്വർണ്ണത്തിന്റെ ചാരുതയോടെ അവൾ തിളങ്ങിനിന്നു. ജമീലിന്റെ കുടുംബത്തിലും അറബ് സ്ത്രീകളുടെ ഇടയിലും അസൂയ ഉളവാക്കുന്ന വിധത്തിൽ സൈറ ഒഴുകി നടന്നു. ജമീലിന്റെ മനസ്സിൽ അങ്കലാപ്പ് ഏറിവന്നു. ഇവിടം തൊട്ടാണ് ജമീലിന്റെ ജീവിതത്തിൽ താളപ്പിഴകൾ ആരംഭിക്കുന്നത്. ഈ ജീവിതം ഒരു ദുരന്തനാടകമായി പര്യവസാനിക്കുമോ എന്ന് ജമീലിനു സംശയം

കൂടി വന്നു. ജമീൽ എന്തു ഭയന്നോ അതു സംഭവിച്ചു.

ജമീലിന്റെ സഹോദരപുത്രൻ യൂസഫ് സുമുഖനും അരോഗദൃഢ ഗാത്രനുമായിരുന്നു. സൈറ യൂസഫുമായി മാനസികമായി അടുത്തു. അവരുടെ ബന്ധം നാൾക്കുനാൾ വളർന്നു. ജമീൽ ഇതെല്ലാം കണ്ടിട്ടും പ്രതികരിക്കാൻ കഴിയാതെ നിസ്സഹായനായി മൗനത്തിന്റെ കൂട്ടിലൊളിച്ചു. ജമീലിന്റെ ആദ്യ ഭാര്യ വളരെ ക്ഷീണിതയും ശയ്യാവലംബിയുമായി. പെൺമക്കൾ മാതാവിനെ പരിചരിച്ചു. ജമീൽ ജോലിയിൽ തീരെ തല്പ രനല്ലാതാവുകയും ഓഫീസിലേക്ക് വരുന്നതുപോലും അപൂർവ്വമായി തീരുകയും ചെയ്തു. ഒടുവിൽ കുഴമറിഞ്ഞു. സൈറയും യൂസഫും ഇന്ത്യയിലേക്ക് ഒളിച്ചോടി. പിന്നീട് ജമീൽ ഒരിക്കലും പൊതുസ്ഥലങ്ങ ളിൽ പ്രത്യക്ഷപ്പെട്ടില്ല. ജമീലിനും സൈറയ്ക്കും യൂസഫിനും പിന്നീട് എന്തു സംഭവിച്ചു എന്ന് എനിക്കറിയില്ല. കാരണം ജമീലുമായുള്ള എല്ലാ ബന്ധങ്ങളും അറ്റുപോയിരുന്നു. അയാളുടെ ജീവിതത്തിൽ എന്തും സംഭ വിക്കാനിടയുണ്ട് എന്നു മാത്രം വിചാരിക്കാനേ തരമുള്ളൂ.

എല്ലാ സമൂഹത്തിലെയും ജീവിതത്തെ നാടകമെന്നാണ് മനീഷി കൾ വിശേഷിപ്പിച്ചിട്ടുള്ളത് എന്നത് അറിയാതെയല്ല അറബികളുടെ ജീവിതം നാടകമെന്ന് എടുത്തു പറഞ്ഞത്. നാടകത്തോടും നാടകപ്ര സ്ഥാനങ്ങളോടും ഉള്ള അടുപ്പവും മമതയും ആയിരിക്കാം അങ്ങനെ വില യിരുത്താനും അത്തരമൊരു രൂപകം ഉപയോഗിക്കാനും പ്രേരിപ്പിച്ചത്. പ്രവാസ ജീവിതത്തെ ഏറ്റവും സാർത്ഥകമാക്കിയത് തീർച്ചയായും നാട കവും അതുമായി ബന്ധപ്പെട്ട പ്രവർത്തനങ്ങളുമാണ്.

ധാരാളം നാടക സമിതികൾ അബുദാബി മലയാളികളുടെ ഇടയിൽ ഉടലെടുത്തുകൊണ്ടിരിക്കുന്ന കാലമായിരുന്നു അത്. അതിനുള്ള കാരണം കേരളത്തിൽ നിന്നും ഗൾഫ് മേഖലയിലേക്ക് എൺപതുകളിൽ കുടിയേറിയിരുന്നവരിൽ മിക്കവരും നാടകപ്രവർത്തനവും കലാപ്രവർത്ത നവും ജീവിതത്തോളം പ്രിയപ്പെട്ടതായി കൊണ്ടുനടന്ന ചെറുപ്പക്കാ രായിരുന്നു എന്നതാണ്. അവരാണ് അത്തരം പ്രവർത്തനങ്ങളുടെ പിന്ന ണിയിൽ പ്രവർത്തിച്ചിരുന്നത്. അറുപതുകളിലെയും എഴുപതുകളി ലെയും കേരളത്തിന്റെ രാഷ്ട്രീയവും സാംസ്കാരികവുമായ അലയൊ ലികളാണ് അതിനെല്ലാം കാരണമായി ഭവിച്ചത് എന്നു പറയേണ്ടതില്ല ല്ലോ.

മുപ്പതോളം മലയാള നാടകസമിതികൾ അന്ന് അബുദാബിയിൽ നല്ല നിലയിൽ പ്രവർത്തിക്കുന്നുണ്ടായിരുന്നു. നടീനടന്മാർ, സംവിധായ കർ, സാങ്കേതിക കലാകാരന്മാർ എന്നിങ്ങനെ അബുദാബി മലയാളി സമൂഹത്തിന്റെ ഇടയിൽ ഗൗരവബുദ്ധ്യാ നാടകത്തെ സമീപിക്കുന്ന ചെറുപ്പക്കാരുടെ ഒരുനിര തന്നെ സജീവമായിരുന്നു. ആഘോഷങ്ങളുടെ ഭാഗമായും നാടകോത്സവങ്ങളായും ധാരാളം നാടകങ്ങൾ അവതരിപ്പി ക്കപ്പെട്ടു. സ്റ്റേജ് ഓഫ് അൽ എയിന്റെ *സ്പാർട്ടക്കസ്* അബുദാബി സംഘ വേദിയുടെ *രാവുണ്ണി,* മാസിന്റെ *കുടുക്ക അഥവാ വിശക്കുന്നവന്റെ വേദാ*

ന്തം, ശക്തിയുടെ *ഗോപുര നടയിൽ,* സമീക്ഷയുടെ *അമ്പറ* എന്നീ നാടകങ്ങൾ വൈവിദ്ധ്യമാർന്ന അവതരണംകൊണ്ട് അബുദാബിയിലെ നാടക പ്രേക്ഷകരെ അമ്പരപ്പിച്ചവയായിരുന്നു.

അബുദാബി മലയാളി നാടക ശരീരത്തിൽ പൊതുവെ മദ്യത്തിന്റെ ലഹരി അക്കാലത്ത് നുരഞ്ഞുപൊങ്ങി. കോഴിക്കോട് അബ്ദുൾ ഖാദറെന്ന അനശ്വര ഗായകന്റെ മകൻ നജ്മൽബാബു അക്കാലത്താണ് ഞങ്ങളുടെ നാടക കൂട്ടായ്മയിലേക്ക് കടന്നുവന്നത്. 'എങ്ങനെ നീ മറക്കും. കുയിലേ' എന്ന പിതാവ് പാടി അനശ്വരമാക്കിയ ഗാനം ആലപിച്ചുകൊണ്ടാണ് നജ്മൽ ബാബു ഞങ്ങളെ അദ്ദേഹത്തിലേക്ക് അടുപ്പിച്ചത്. അനേകം ദുരന്തമുഹൂർത്തങ്ങളെ ഓർമ്മിപ്പിക്കുമാറുള്ള പാട്ടുകൾകൊണ്ട് ഞങ്ങളുടെ രാവുകളെ അദ്ദേഹം അനുഗൃഹീതമാക്കി, 'മഞ്ഞണിപ്പൂനിലാവ് പേരാറ്റിൻകരയിൽ വെച്ച് മഞ്ഞളരച്ചുവച്ച് നീരാടുമ്പോൾ' എന്ന ജാനകി പാടിയ അനശ്വര സിനിമാഗാനം നജ്മൽ ബാബു എത്രസുന്ദരമായാണ് ആലപിക്കുന്നത്. ആ ഗാനം ഞങ്ങളുടെ ഗൃഹാതുരതകളെ പലവട്ടം തൊട്ടുണർത്തി. നജ്മൽ ബാബു ഓരോ തവണ അത് ആലപിക്കുമ്പോഴും ഓരോ ഭാവങ്ങളുടെ സ്വർഗ്ഗം പണിയുകയാണെന്നാണ് തോന്നിയിട്ടുള്ളത്.

അങ്ങനെ അനേകം ഗായകർ, അപൂർവ്വ സിദ്ധികളുള്ള നാടകനടന്മാർ, സോമൻ കുറുവയെപ്പോലുള്ള സംഗീത സംവിധായകർ, പ്രവാസജീവിതത്തിന്റെ മറക്കാനാവാത്ത ഏടുകളിൽ ഒരു നാടക പൂക്കാലം തന്നെയായിരുന്നു അന്നത്തെ അബുദാബി. നുരഞ്ഞു പൊങ്ങുന്ന തണുത്ത ബിയറിന്റെ അകമ്പടിയോടെ അബുദാബിയിൽ ഒരുപാടു നാടകപ്രേമികൾ എന്നും കൂടിയിരുന്നുകൊണ്ട് നമുക്കു ചുറ്റും പാർക്കുന്ന അറബികളുടെ ജീവിത നാടകങ്ങളെക്കുറിച്ചും ഗ്രീക്കിലെ ദുരന്ത നാടകങ്ങളെക്കുറിച്ചും മലയാളികളുടെ ഗൃഹാതുരമായ ഓർമ്മകളിൽ തെളിമയോടെ നില്ക്കുന്ന മലയാള ഗാനങ്ങളെക്കുറിച്ചും മഹാനായ ജർമ്മൻ നാടകകൃത്ത് ബ്രഹ്മത്തിന്റെ എപ്പിക് തിയേറ്ററിനെക്കുറിച്ചും സംസാരിച്ചു.

ബെക്കറ്റിന്റെ *ഗോഡോയെ കാത്ത്* എന്ന നാടകം തർജമ ചെയ്തു അവതരിപ്പിച്ചു കൊണ്ടാണ് പാലിച്ചിറ ഇല്യാസ് എന്ന നാടക പ്രവർത്തകൻ അബുദാബിയിലെ മലയാള നാടക രംഗത്തേക്ക് കടന്നുവന്നത്. ആ നാടകത്തിലെ ഒരു പ്രധാനവേഷവും അദ്ദേഹം തന്നെ കൈകാര്യം ചെയ്തു. ആധുനിക നാടകബോധം അബുദാബി നാടക പ്രേക്ഷകരിൽ സന്നിവേശിപ്പിക്കുന്നതിൽ നിർണ്ണായകമായ പങ്കാണ് ഇല്യാസ് അക്കാലത്ത് നിർവ്വഹിച്ചത്. ഇല്യാസുമായുള്ള എന്റെ സൗഹൃദം ആഴമുള്ളതും ദൃഢവുമായിരുന്നു. ലോകോത്തര സിനിമകളിലും നാടകങ്ങളിലും ഞങ്ങൾ മുങ്ങി നിവർന്നു. തികഞ്ഞ മനുഷ്യസ്നേഹിയായിരുന്നു അദ്ദേഹം. ജീവിതത്തിലെ ചില ഘട്ടങ്ങളിൽ നാം കണ്ടുമുട്ടുന്ന അപൂർവ്വം പ്രതിഭാശാലികളിൽ ഒരാളായിരുന്നു ഇല്യാസ്. മഹാനായ എഴുത്തുകാരൻ കാഫ്കയുടെ ഒരു ചെറുകഥയെ ആസ്പദമാക്കി ഡോ. ടി പി സുകുമാ

രൻ എഴുതിയ *വിധിനടത്തിപ്പ്* എന്ന നാടകം ഞാനും ഇല്യാസും ചേർന്നായിരുന്നു അബുദാബിയിൽ രംഗാവിഷ്കാരം നിർവ്വഹിച്ചത്. കയ്യൂർ രക്തസാക്ഷികളുടെ കഥ പറയുന്ന പ്രശസ്ത കന്നട നോവലിസ്റ്റ് നിരഞ്ജനയുടെ *ചിരസ്മരണ* എന്ന നോവലിനെ ആസ്പദമാക്കിയുള്ള നാടകവും ഞങ്ങൾ അവതരിപ്പിച്ചു. ആയിടെ ജോസ് ചിറമ്മൽ അബുദാബിയിലേക്കു വരികയും ബാദൽ സർക്കാരിന്റെ *ഭോമ* എന്ന നാടകം അവതരിപ്പിക്കുകയുണ്ടായി. അങ്ങനെ അബുദാബിയിലെ അക്കാലത്തെ സാംസ്കാരിക ജീവിതത്തിലും നാടകജീവിതത്തിലും നിറഞ്ഞാടിയ അനേകം പേരുണ്ടായി. നെട്ടയം ബഷീർ, കുളമുട്ടം അഷറഫ് തുടങ്ങിയവർ അതിൽ പേരെടുത്തു പറയേണ്ടവരാണ്. ഇവിടെയും ഇല്യാസ് സജീവ സാന്നിദ്ധ്യമായിരുന്നു. ഇപ്പോൾ വർഷങ്ങളായി ഒന്നിലും ഇടപെടാതെ നനുത്ത ഹൃദയവും നൈർമ്മല്യമുള്ള മനസ്സുമായി അബുദാബിയിലെ മുസഫ എന്ന പ്രദേശത്ത് കഴിയുന്നു. ഞാനാണെങ്കിൽ എത്രയോകാതം അകലെ കേരളത്തിന്റെ ഇങ്ങേയറ്റത്ത് മിത്തുകളുടെയും നാടകകലകളുടെയും രാഷ്ട്രീയ സമരപാരമ്പര്യത്തിന്റെയും നാട്ടിൽ കണ്ണൂരിൽ ശിഷ്ടജീവിതം നയിക്കുന്നു.

രാത്രി വിനോദ് എന്നെത്തേടിയെത്തി. പകൽ സമയങ്ങളിൽ ബോഗൻവില്ലകളുടെ പൂക്കൾക്കിടയിലൂടെ ചെറുകിളികൾ ചാഞ്ചാടി നടക്കാറുള്ളത് ഞാൻ വിനോദിനെ ഓർമ്മിപ്പിച്ചു. ഇന്നലെ ഞങ്ങൾ വായനശാലയിൽ പ്രദർശിപ്പിച്ച *ദി പിയാനിസ്റ്റ്* എന്ന റോമൻ പോളാൻസ്കിയുടെ സിനിമ ഇടയ്ക്ക് സംസാരത്തിൽ തികട്ടിവന്നു. അപ്പോൾ വീണ്ടും ഇല്യാസും, അബുദാബിയും അവിടുത്തെ നാടകവും സിനിമയും എന്റെ വിചാരങ്ങളിലൂടെ കടന്നുപോയി. തീച്ചാമുണ്ഡി തെയ്യത്തിന്റെ തോറ്റത്തെക്കുറിച്ചും അതിന്റെ മിത്തിനെപ്പറ്റിയുമാണ് ഞങ്ങൾ രാവേറുവോളം സംസാരിച്ചത്. സമയം പോയതറിഞ്ഞില്ല. മുറ്റത്ത് നിലാവ് എങ്ങും വെള്ളിവെളിച്ചത്തിന്റെ കളങ്ങൾ തീർത്തു. ഞങ്ങൾ വീടിന്റെ ബാൽക്കണിയിൽ നിന്നും പിരിയൻ ഗോവണി ഇറങ്ങുമ്പോൾ എന്റെ സഹധർമ്മിണിയും മക്കളും ഉറക്കത്തിലായിരുന്നു. സമയം അത്രയേറെ വൈകിയിരുന്നു. കിടപ്പിൽ, ഉറക്കത്തിന്റെ പാതിരാമരണത്തിലേക്ക് മുഖം പൂഴ്ത്തിയത് പെട്ടെന്നായിരുന്നു. ശബ്ദവും വെളിച്ചവുമായി സ്വപ്നങ്ങൾ എന്നെത്തേടിയെത്തി. സ്വപ്നത്തിൽ, വായ നിറയെ തീയുമായി ഒരു തീച്ചാമുണ്ഡി വീടിനു മുന്നിലൂടെ തെന്നിത്തെന്നി നടന്നു വരുന്ന കാഴ്ച ഞാൻ കണ്ടു. തീച്ചാമുണ്ഡിയുടെ രക്തശോഭയാർന്ന ആകാരത്തിൽ മയങ്ങി ചിലമ്പൊലികളിലമർന്ന്, വരവിളിയിൽ ലയിച്ച് നില്ക്കെ ആ രൂപം മാഞ്ഞുമാഞ്ഞുപോയി.

6

മരണവും പ്രണയവും

പട്ടണത്തിന് നടുവിലെ ഉദ്യാനത്തിൽ ചുറ്റും സിമന്റ് മെഴുകിയ തണൽമരത്തറകൾ. അതിലൊന്നിൽ ഇരിക്കുകയായിരുന്നു ഞാൻ. ബദാം മരം ശരത്കാലത്തെ സൂചിപ്പിച്ചുകൊണ്ട് അതിന്റെ ചുവട്ടിലേക്ക് പഴുത്ത ഇലകൾപൊഴിച്ചുകൊണ്ടിരുന്നു. എത്ര ശരത്കാലവും വേനലും ശിശിരവും അബുദാബിയുടെ മണ്ണിൽ പഴുത്ത് മഞ്ഞനിറമാർന്ന ബദാമിന്റെ ഇലകൾ പോലെ കൊഴിഞ്ഞുപോയിരിക്കുന്നു. ഒന്ന് നിവർന്നിരുന്ന് ഓർമ്മകളുടെ ഭാണ്ഡമഴിച്ച് അതിൽ എവിടെയെന്ന് ഞാൻ എന്നെത്തന്നെ തിരഞ്ഞു. ഓർമ്മകൾ പെരുത്ത വെള്ളപ്പാച്ചിലിൽ എന്നെ തിരയുകയാണ് ഞാൻ! ആലോചനയ്ക്കിടെ ഞാൻ എന്റെ നരച്ചു വെളുത്ത മുടിനാരുകളെ തലോടി വെളുത്ത മുടിനാരുകൾ; സലൂണിൽ മുടിവെട്ടുന്നയാൾ ചിക്കിയെടുത്ത് കളഞ്ഞാലും നിറം പൂശി തന്നാലും മാറ്റാനാവാത്ത യാഥാർത്ഥ്യമാണത്. എന്നിലെ കാലം എന്നോട് നിന്റെ കാലം ഇതാ ഇത്രയായെന്ന് തലയിൽ വെളുപ്പിലെഴുതി പറയുകയാണ്.

കടുത്ത വേനലിനു ശേഷം പെട്ടെന്ന് മാനത്ത് ഉരുണ്ടുകൂടുന്ന കാർമേഘങ്ങൾ കാറും കോളുമായി തിമിർത്തുപെയ്യുമ്പോൾ ഉണ്ടാകുന്ന മണ്ണിന്റെ ഗന്ധം നുകരാൻ ഞാൻ ഏറെക്കാലമായി ആഗ്രഹിക്കുന്നു. ഇത്തരം ഉന്മാദങ്ങൾ എന്നിൽ എന്നും മരീചികയായി അവസാനിക്കുകയാണ് പതിവ്. രാത്രികളിൽ ദുഃസ്വപ്നങ്ങൾ കണ്ട് ഞാൻ എന്നും ഞെട്ടിയുണരുന്നു. എൺപതുകളിലാണ് അബുദാബിയിൽ എത്തിയത്. അതേ വർഷം തന്നെ മലയാളി കൂട്ടായ്മയുമായി ബന്ധം സ്ഥാപിച്ചു. ഗൾഫിൽ പൊതുപ്രവർത്തനമെന്നത് പ്രധാനമായും കലാസാഹിത്യ പ്രവർത്തനങ്ങളാണ്.

അബുദാബിയിലെ നല്ല സംഘാടകനായിരുന്നു ഉത്തമസുഹൃത്ത്

അഷ്റഫ്. ഓരോ യോഗത്തിലേക്കും അഷ്റഫ് പുതുതായി അഞ്ചുപേരെയെങ്കിലും കൊണ്ടുവരുമായിരുന്നു. വരുന്നവർക്കാർക്കും കലാസാഹിത്യ പ്രവർത്തനങ്ങളുമായി ഒരു ബന്ധവുമുണ്ടായിരുന്നില്ല. അപ്പോൾ വന്നുചേർന്ന ഓരോരുത്തരോടും ഞാൻ ചോദിക്കും നിങ്ങൾക്ക് കലാപ്രവർത്തനങ്ങളിലാണോ അതല്ല സാഹിത്യ പ്രവർത്തനങ്ങളിലാണോ

താല്പര്യം? വന്നവർക്ക് യഥാർത്ഥത്തിൽ ഒന്നിലും താല്പര്യമുണ്ടാവില്ല. അഷ്റഫിന്റെ നിർബ്ബന്ധത്തിന് വഴങ്ങി വരുന്നവരായിരുന്നു അവർ. ഇത്തരം സംഘങ്ങളുമായി ഒരു ബന്ധമില്ലാത്തവർ ഞങ്ങളുടെ പ്രവർത്തനങ്ങളെ അത്ഭുതത്തോടെയോ അല്ലെങ്കിൽ നീരസത്തോടെയോ നോക്കിക്കാണുന്നവരുമായിരുന്നു. അവരൊക്കെ പങ്കുകൊള്ളുന്ന പൊതുപരിപാടികൾ കല്യാണ വീടുകളും മരണവീടുകളും ചിലപ്പോഴൊക്കെ രാഷ്ട്രീയമോ മതപരമോ ആയ യോഗങ്ങളുമാണ്. എന്റെ ചോദ്യങ്ങളിൽ അവർക്ക് ഉത്തരം മുട്ടുമ്പോൾ അഷ്റഫ് ഉടനെ ഇടപെട്ടുപറയും, ഇപ്പോൾ വന്ന നാലുപേരിൽ ഒരാളെ സാഹിത്യത്തിലും രണ്ടാളെ കലയിലും (കലാവിഭാഗത്തിൽ) ഇട്ടേക്ക് എന്ന്. അപ്പോൾ വന്നവർക്ക് സന്തോഷമാകും. പരിഗണിച്ചല്ലോ എന്ന ആശ്വാസത്തോടെ അവർ തിരിച്ചുപോകും.

അങ്ങനെയിരിക്കെയാണ് ഇത്തരത്തിൽ സംഘടനയിൽ വന്നുപെട്ട ഒരാളുടെ മുറിയിൽ ഒരു അത്യാഹിതം സംഭവിക്കുന്നത്. ഉടനെ അതിലൊരാൾ അഷ്റഫിനെ ഫോണിൽ വിളിക്കുന്നു. ആകെ നാലുപേരായിരുന്നു ആ മുറിയിൽ താമസിച്ചിരുന്നത്. സാധാരണപോലെ തലേദിവസം രാത്രി എല്ലാവരും കിടന്നുറങ്ങി. രാവിലെ ഒരാൾ മാത്രം ഉറക്കമെഴുന്നേറ്റില്ല. അവർ അയാളെ പലതവണ കുലുക്കി വിളിച്ചുനോക്കി. ഒരനക്കവുമില്ലാതെയായപ്പോൾ പരിഭ്രാന്തരായി. എന്തുചെയ്യണമെന്നറിയാതെ നില്ക്കുമ്പോഴാണ് ഞങ്ങളുടെ കൂട്ടായ്മയിലുള്ള ആൾക്ക് അഷ്റഫിനെ വിളിക്കാൻ തോന്നിയത്.

ഞാൻ ഓഫീസിലേക്കുള്ള വഴിമദ്ധ്യേയായിരുന്നു. ഓഫീസിൽ എത്തിയ ഉടനെ ടെലഫോൺ ബെല്ലിന്റെ നിലയ്ക്കാത്ത ശബ്ദമാണ് എതിരേറ്റത്. അഷ്റഫ് എന്നെ തുരുതുരാ വിളിച്ചുകൊണ്ടിരിക്കുകയാണ്. അക്കാലത്ത് മൊബൈൽ ഫോൺ പ്രചാരത്തിലുണ്ടായിരുന്നില്ല. ഓഫീസിൽ നിന്നും അവധിയെടുത്ത് അഷ്റഫിനെയുംകൂട്ടി സംഭവസ്ഥലത്തേക്ക് കുതിച്ചു. ടൂറിസ്റ്റ് ക്ലബ് ഏരിയയിലുള്ള അവിവാഹിതർ മാത്രം താമസിക്കുന്ന ഫ്ളാറ്റ് സമുച്ചയത്തിലേക്കാണ് ഞങ്ങൾ കടന്നുചെന്നത്. അതോടെ അവിടെയുള്ള എല്ലാവർക്കും കുറച്ചൊരു സമാധാനമായി. പൊലീസിൽ വിവരമറിയിച്ച് കാത്തിരുന്നു. പത്തു പതിനഞ്ച് മിനിട്ടിനുള്ളിൽ പൊലീസും ആശുപത്രി അധികൃതരും വന്നെത്തി.

ഡോക്ടർമാർ മരണം സ്ഥിരീകരിച്ചു. ഞാനും അഷ്റഫും മരിച്ചയാളുടെ ബോഡിയെടുത്തു മാറ്റിക്കിടത്താനും മറ്റു പ്രാഥമിക റിപ്പോർട്ടുകൾ തയ്യാറാക്കാനും അധികൃതരെ സഹായിച്ചു. അരമണിക്കൂറിനുള്ളിൽ എല്ലാം ചെയ്തു തീർത്തു. മൃതദേഹം സ്ട്രച്ചറിൽ വച്ചുകെട്ടി രണ്ടു മൂന്നുപേർ ചുമന്നുകൊണ്ട് പുറത്തേക്കെടുത്തു. മൃതശരീരം വഹിക്കാനായി ലിഫ്റ്റ് ഒൻപതാം നിലയിൽ വന്നെത്തി. സ്ട്രച്ചർ കിടത്തി വയ്ക്കാനുള്ള നീളമോ വീതിയോ ലിഫ്റ്റിന് ഇല്ലായിരുന്നു. ഞാനും അഷ്റഫും പരസ്പരം നോക്കി. അധികമൊന്നും ആലോചിക്കാനില്ലായിരുന്നു. ആദ്യം രണ്ടുപേർ ലിഫ്റ്റിൽ കയറി പിന്നെ മൃതദേഹം ലിഫ്റ്റിൽ സ്ട്രച്ചറിൽ

കുത്തനെ നിർത്തി. മൃതദേഹം കണ്ടാൽ ഒരാൾ ലിഫ്റ്റിൽ നില്ക്കുന്നതുപോലെ. തലേന്നുവരെ ഇതേ ലിഫ്റ്റിൽ താഴോട്ടും മുകളിലോട്ടും സഞ്ചരിച്ച ആൾ ഇന്ന് ഒരു സ്ട്രച്ചറിൽ വച്ചുകെട്ടിയ മൃതശരീരമായി ആശുപത്രി മോർച്ചറിയിലേക്ക് മാറ്റപ്പെടുന്നു. ഞാനും അഷ്റഫും മൃതശരീരത്തിന്റെ കൂടെ ആശുപത്രിവരെ പോയി. മൃതദേഹം താല്ക്കാലിക എംബാമിങ്ങിനു ശേഷം ഫ്രീസറിലേക്ക് മാറ്റിക്കിടത്തി. അതിനുശേഷം ഞങ്ങൾ താമസസ്ഥലത്തേക്ക് തിരിച്ചുപോയി. മരിച്ചയാളെ നാട്ടിലെത്തിക്കാനുള്ള അനന്തര നടപടികൾക്കായി ഞങ്ങൾക്ക് കാത്തിരിക്കേണ്ടിയിരുന്നു.

അഷ്റഫും ഞാനും എന്റെ വാസസ്ഥലത്തേക്കാണ് പോയത്. വിശ്രമത്തിനിടെ അവൻ എന്റെ സുഹൃത്തും സഹമുറിയനുമായ നൗഷാദിനെ തിരക്കി.

"നൗഷാദ് ഇവിടെ ഇല്ലേ?"

"അവനിവിടം വിട്ടു."

"എന്താണ് അവന് പറ്റിയത്?"

"അഷ്റഫ് നമ്മൾ ഇപ്പോൾ മരണം ബാക്കിവച്ച മൗനവും വിഷാദവും കണ്ടതല്ലേ. നൗഷാദിന്റെ കഥയിൽ മരണമില്ലെന്നേയുള്ളൂ. പക്ഷേ, മൗനവും വിഷാദവും വേണ്ടുവോളമുണ്ട്."

ആമുഖമായി ഇത്രയും പറഞ്ഞ് പിന്തിരിയാൻ നോക്കിയ എന്നോട് അഷ്റഫ് നൗഷാദിന്റെ കഥ കേൾക്കണമെന്ന് നിർബ്ബന്ധം പിടിച്ചു.

ഞാൻ അവനോട് നൗഷാദിന്റെ കഥ പറഞ്ഞുതുടങ്ങി:

നൗഷാദ് അബുദാബിയിലെ വലിയൊരു ട്രാവൽ ഏജൻസിയിലാണ് ജോലി ചെയ്തിരുന്നത്. അവനാണ് എപ്പോഴും കമ്പനിയുടെ പോസ്റ്റ് ബോക്സ് തുറക്കുന്നതും കത്തുകൾ എടുത്ത് എല്ലാവർക്കും കൊടുക്കുന്നതും. ഒരുദിവസം കമ്പനിയുടെ വക പോസ്റ്റ് ബോക്സിൽനിന്നും കത്തുകളെടുക്കാൻ ചെന്നപ്പോൾ കമ്പനിയുടെതല്ലാത്ത ഒരു കത്ത് ബോക്സിൽ നിന്നും കിട്ടി. കത്ത് കുവൈത്തിൽനിന്നുമാണ് വന്നത് എന്ന് ഫ്രം അഡ്രസ് നോക്കിയാൽ മനസ്സിലാവുന്നുണ്ട്. കത്ത് ഒരു സ്ത്രീയുടെ പേരിലായിരുന്നു. നൗഷാദ് എത്ര ആലോചിച്ചിട്ടും കത്തിന്റെ മേൽവിലാസക്കാരിയെ കണ്ടെത്താൻ കഴിഞ്ഞില്ല. ബോക്സ് നമ്പർ തെറ്റിയതായിരിക്കുമെന്ന് നൗഷാദിനു തോന്നി. കത്ത് ഫ്രം അഡ്രസിൽ തിരിച്ചയച്ചു കൊടുക്കാമെന്നുകരുതി വണ്ടിയിൽ സൂക്ഷിച്ചു. ദിവസങ്ങളോളം ആ എഴുത്ത് നൗഷാദിന്റെ കാറിലെ ഡാഷ് ബോർഡിൽ ഉറങ്ങിക്കിടന്നു. അവസാനം നൗഷാദിനു തന്നെ ഒരു ഉപായം തോന്നി. കത്ത് വായിച്ചാൽ ഒരു പക്ഷേ, മേൽവിലാസക്കാരിയെ കണ്ടെത്താൻ കഴിഞ്ഞാലോ? അവൻ കത്ത് പൊളിച്ച് വായിച്ചു അപ്പോഴാണ് മനസ്സിലായത് കുവൈത്തിൽ ജോലി നോക്കുന്ന ഒരു പെൺകുട്ടി അബുദാബിയിലെ അവരുടെ ഒരു ബന്ധുവായ മറ്റൊരു സ്ത്രീക്ക് അയച്ച കത്തായിരുന്നു അതെന്ന്.

മേൽവിലാസക്കാരി ആരെന്ന് നൗഷാദിന് എത്തും പിടിയും കിട്ടി

യില്ല. അവസാനം ആ കത്ത് വേറൊരു കവറിൽ അടക്കം ചെയ്യുകയും കുവൈത്തിലെ ഫ്രം അഡ്രസുകാരിക്ക് അയച്ചുകൊടുക്കുകയും ചെയ്തു. എഴുത്തിന്റെ കൂടെ അയാൾ ഒരു കവറിങ് ലെറ്റർ കൂടി അടക്കം ചെയ്തു. ഇങ്ങനെ ഒരു മേൽവിലാസക്കാരി ഈ പോസ്റ്റ് ബോക്സ് നമ്പറിൽ ഇല്ലെന്നും എഴുത്ത് ഉടമസ്ഥനില്ലാത്തതുകൊണ്ട് തിരിച്ചയക്കുന്നു എന്നുമായിരുന്നു അതിന്റെ ഉള്ളടക്കം. രണ്ടാഴ്ച കഴിഞ്ഞതേയുള്ളൂ പതിവുപോലെ ബോക്സ് തുറന്നപ്പോൾ നൗഷാദിന്റെ പേരിൽ കുവൈത്തിൽനിന്നും ഒരു കത്ത് വന്നിരിക്കുന്നു.

ആ കത്തിൽ ഇങ്ങനെ എഴുതിയിട്ടുണ്ടായിരുന്നു:

'നിങ്ങളുടെ സന്മനസ്സിന് നന്ദി. കത്ത് മടക്കം കിട്ടിയപ്പോൾ നിങ്ങൾക്ക് എഴുതണമെന്നുതോന്നി. താല്പര്യമുണ്ടെങ്കിൽ ഈ എഴുത്തിന് മറുപടി എഴുതുക എന്ന് അജ്ഞാതയായ റുബീന.'

എഴുത്ത് നൗഷാദിന്റെ ഡാഷ് ബോക്സിൽ ദിവസങ്ങളോളം മയങ്ങിക്കിടന്നു. അവസാനം കത്തിന് മോചനം കിട്ടി. നൗഷാദ് റുബീനയ്ക്ക് ദീർഘമായ മറുപടി എഴുതി:

"പ്രിയ റുബീന നിങ്ങളുടെ എഴുത്ത് കൈപ്പറ്റി. കത്തുകൾ തുടർന്നും എഴുതുക. കത്തുകളിലൂടെ നമുക്കിടയിൽ ഒരു നല്ല സൗഹൃദം ഉണ്ടായിവരട്ടെ. ആത്മഭാവമുള്ള ഒരു സ്നേഹപ്പെരുമഴ നമ്മളിൽ പെയ്തിറങ്ങട്ടെ! താല്പര്യവും സമയവും കിട്ടുകയാണെങ്കിൽ കത്തുകൾ എഴുതിക്കൊണ്ടേയിരിക്കുക. നിങ്ങൾക്ക് സ്വാഗതം."

അങ്ങനെ നൗഷാദും റുബീനയും എഴുത്തുകളിലൂടെ സൗഹൃദം പെരുപ്പിച്ചും കനംവെപ്പിച്ചും മുന്നോട്ടുപോയി. അവസാനം അത് ടെലഫോണിലേക്ക് വഴിമാറി. വർഷം ഒന്ന് കടന്നുപോയി. അവരുടെ സൗഹൃദം എങ്ങനെയാണ് പ്രേമത്തിന്റെയും സ്നേഹത്തിന്റെയും ഈടുവെപ്പുകളിലേക്ക് മാറിയത് എന്ന് അവർക്ക് തന്നെ മനസ്സിലായില്ല. അവരുടെ സംസാരത്തിൽ അഭൗമമായ എന്തോ ഒന്ന് പ്രസരിച്ചുകൊണ്ടിരുന്നു. രണ്ടുപേർക്കും അവധിക്ക് നാട്ടിൽ പോകാൻ സമയമായി. രണ്ടുപേരും ബോധപൂർവ്വം തന്നെ കണക്കുകൂട്ടി പ്ലാൻ ചെയ്തപ്രകാരം നാട്ടിലേക്കുള്ള യാത്ര ഒരേ ദിവസം നിശ്ചയിച്ചു. അത് ഒരു ജൂൺ മാസമായിരുന്നു. നൗഷാദ് അബുദാബിയിൽനിന്നും റുബീന കുവൈറ്റിൽനിന്നും നെടുമ്പാശ്ശേരി വിമാനത്താവളത്തിലാണ് വന്നെത്തിയത്. രണ്ടുപേരുടെയും ആദ്യകൂടിക്കാഴ്ച പറഞ്ഞറിയിക്കാൻ പറ്റാത്ത ആഹ്ലാദത്തിമിർപ്പിലായിരുന്നു. കൂടിക്കാഴ്ചയ്ക്കുശേഷം നൗഷാദ് തൃശൂരിലേക്കും റുബീന ആലുവായിലേക്കും പോയി. പറഞ്ഞുറപ്പിച്ച പ്രകാരം പത്തു ദിവസത്തിനുള്ളിൽ അവർ എറണാകുളത്തുവച്ച് വീണ്ടും സന്ധിച്ചു. അവിടെനിന്ന് അവർ ബാംഗ്ളൂരുവിലേക്കു യാത്ര പുറപ്പെട്ടു.

ബംഗളൂരു എല്ലാത്തിനേയും ആവാഹിക്കാൻ കഴിയുന്നത്ര നഗരമാണല്ലോ. അവരെയും അവരുടെ അതിരറ്റ പ്രേമത്തെയും ആ നഗരം ഏറ്റുവാങ്ങി. പരസ്പരം ആശ്ലേഷിച്ചും പുണർന്നും ആടിപ്പാടി നടന്നും രണ്ടു

ദിവസം കടന്നുപോയതറിഞ്ഞില്ല. അവസാനം സ്വന്തം നാട്ടിലേക്ക് അവർ മടങ്ങി. റുബീന കുവൈത്തിലെ വിസ ക്യാൻസൽ ചെയ്താണ് നാട്ടിലെത്തിയത്. നൗഷാദ് റുബീനയെ അബുദാബിയിലേക്ക് എത്തിക്കാനുള്ള കഠിനശ്രമത്തിൽ ഏർപ്പെട്ടു. ആ ശ്രമം ഫലം കണ്ടു. നൗഷാദിന് പരിചയമുള്ള അറബിയുടെ കമ്പനിയിൽ അവൾക്ക് ജോലി ശരിയായി. വരാനിരിക്കുന്ന പ്രണയത്തിന്റെ നാളുകളെ അവർ ആത്യാഹ്ലാദത്തോടെ കാത്തിരുന്നു. റുബീന അബുദാബി എയർപോർട്ടിൽ വന്നിറങ്ങി. അവരുടെ ഹൃദയങ്ങൾ നൂറായിരം ആശയങ്ങൾ കൈമാറി. പിറ്റേന്നുതന്നെ ജോലിക്ക് പോയിത്തുടങ്ങി. അവരുടെ താമസം ഒന്നിച്ചല്ല. അങ്ങനെ ആണും പെണ്ണും ഒന്നിച്ച് താമസിക്കാൻ അബുദാബിയിലെ നിയമം അനുവദിക്കുന്നില്ല. എല്ലാ വെള്ളിയാഴ്ചകളിലും അവർ സംഗമിച്ചു. കണ്ടുമുട്ടുമ്പോഴൊക്കെ പ്രേമത്തിന്റെയും കുടുംബജീവിതത്തിന്റെയും നൂറായിരം നൂലാമാലകളുടെ കുരുക്കുകൾ അഴിച്ചെടുക്കാൻ ശ്രമിച്ചുകൊണ്ടിരുന്നു.

ഒരു വർഷം അങ്ങനെ കടന്നുപോയി. അന്ന് വെള്ളിയാഴ്ചയായിരുന്നു. വെള്ളിയാഴ്ച അവധി ദിവസമാണ്. പക്ഷേ, റുബീനയ്ക്ക് ഓഫീസിൽ തലേദിവസത്തെ ജോലി ചെയ്തുതീർക്കാൻ ബാക്കിയുണ്ടായിരുന്നു. പതിവുപോലെ റുബീന അന്നും ഓഫീസിലേക്കു പോയി. നൗഷാദ് ഫോണിൽ വിളിച്ചപ്പോൾ റുബീന കാര്യം പറഞ്ഞു. ഉടനെ നൗഷാദ് വസ്ത്രം മാറ്റി റുബീനയുടെ ഓഫീസിലെത്തി. നൗഷാദും റുബീനയും മാത്രമേ ഓഫീസ് ക്യാബിനിൽ അപ്പോൾ ഉണ്ടായിരുന്നുള്ളൂ. പെട്ടെന്നാണ് കമ്പനിയുടെ പബ്ലിക് റിലേഷേൻ ഓഫീസർ എന്തോ ആവശ്യാർത്ഥം ഓഫീസിലേക്ക് കടന്നുവന്നത്. അദ്ദേഹം വന്നത് നൗഷാദോ റുബീനയോ അറിഞ്ഞില്ല. അയാൾ കടന്നുവരുമ്പോൾ അവർ രണ്ടുപേരും പ്രേമലീലയുടെ പാരമ്യതയിലായിരുന്നു. സംഭവം കമ്പനി മാനേജർക്ക് അയാൾ റിപ്പോർട്ട് ചെയ്തു. മാനേജർ കമ്പനിയുടമയായ അറബിയുടെ അനുവാദത്തോടെ അവർക്ക് രണ്ടുപേർക്കുമെതിരെ പൊലീസിൽ പരാതിപ്പെട്ടു. പൊലീസ് കേസ് രജിസ്റ്റർ ചെയ്തു. രണ്ടുപേരും ജയിലിൽ അടയ്ക്കപ്പെട്ടു.

കേസ് ആറുമാസത്തോളം നീണ്ടുപോയി. അവസാനം കോടതി വിധി വന്നു. റുബീനയെ വിസ ക്യാൻസൽ ചെയ്ത് നാടുകടത്താനും നൗഷാദിനെ ആറുമാസത്തേക്ക് ജയിൽ ശിക്ഷയ്ക്കും വിധിച്ചു. ശിക്ഷാകാലാവധിക്കുശേഷം നൗഷാദിനെ അയാൾ ജോലി നോക്കിയിരുന്ന കമ്പനി തിരികെ ജോലിയിലേക്ക് പ്രവേശിപ്പിച്ചു. നൗഷാദ് വിഷാദമൂകനായി ആറുമാസത്തോളം പുറത്തിറങ്ങിയില്ല. എപ്പോഴും മുറിയിൽത്തന്നെ കഴിച്ചുകൂട്ടി. അതിനിടയിൽ നാട്ടിൽനിന്നും റുബീനയുടെ എഴുത്തുകൾ വന്നുതുടങ്ങി. ഒന്നിനും നൗഷാദ് മറുപടി എഴുതിയില്ല. കത്തുകൾ നൗഷാദിന്റെ പോസ്റ്റ് ബോക്സിൽ കുമിഞ്ഞുകൂടി. പിന്നെ ക്രമേണ നൗഷാദ് തന്റെ പഴയ ജീവിതത്തിലേക്ക് തിരിച്ചുവന്നു. റുബീനയ്ക്ക് പിന്നീട് എന്ത് സംഭവിച്ചു. അത് റുബീനയ്ക്ക് മാത്രമേ അറിയൂ. കാരണം

നൗഷാദ് റുബീനയെക്കുറിച്ച് പിന്നീട് ഒന്നും തിരക്കിയില്ല. നൗഷാദ് എല്ലാം മറന്നിരിക്കുന്നു: രാത്രി കണ്ട ഒരു സ്വപ്നംപോലെ. നൗഷാദിന്റെ ജീവിതത്തിൽ മറിഞ്ഞുപോയ ഒരു ഏട് പോലെയായിരിക്കുന്നു ഇപ്പോൾ റുബീന.

ജീവിതത്തിന്റെ രണ്ടുമുഖങ്ങൾ എന്റെ മുമ്പിലൂടെ കടന്നുപോയി. ഒന്ന് മരണത്തിന്റെയും മറ്റൊന്ന് പ്രണയത്തിന്റെയും, രണ്ടിന്റെയും പര്യവസാനം ശുഭസൂചകമല്ല. നൗഷാദും അഷ്റഫും ഇന്നും കടുത്ത ചൂടിലും എല്ലുതുളയ്ക്കുന്ന തണുപ്പിലും ശിശിരത്തിൽ നാസാദ്വാരങ്ങളെ മുറിവേല്പിക്കുന്ന പൊടിക്കാറ്റിലും അബുദാബിയുടെ പ്രകൃതിയുമായി ഇഴുകിച്ചേർന്ന് ജീവിക്കുന്നു. ഞാൻ എന്റെ വീടിന്റെ പുറത്തെ പൂന്തോട്ടത്തിൽ ചിത്രശലഭം വിരുന്നുകാരനെപ്പോലെ പാറി നടക്കുന്നതുംനോക്കി ആലോചനാമഗ്നനായി ഇരിക്കുന്നു. ആ ചിത്രശലഭത്തിനുമീതെ ഒരു വണ്ണാത്തിക്കിളി വട്ടമിട്ടുപറക്കുന്നു. പുതുമഴയിൽ കുതിർന്ന മണ്ണിന്റെ ഗന്ധത്തോടെ പകൽ മാഞ്ഞു നേർത്ത ഇരുട്ടിലേക്ക് മറയുമ്പോൾ ഒരു കുസൃതി ചോദ്യവുമായി മകൻ കടന്നുവന്നു. അപ്പോൾ ഞാൻ എന്തോ ഒരു ഉത്തരം നല്കി അവനെ തൃപ്തിപ്പെടുത്തി. ജീവിതം എവിടെയും പൂത്തുലയുന്നു.

രാത്രിയിൽ എന്നെത്തേടി രണ്ട് ചെറുപ്പക്കാർ വന്നു. അവർക്ക് വേണ്ടത് *ഗ്രാമദീപം* മാസികയിലേക്ക് ഒരു ലേഖനമായിരുന്നു. അത് നമ്മുടെ ഗ്രാമത്തെക്കുറിച്ചായിരിക്കണമെന്ന് അവർ പറഞ്ഞു. ആ യുവാക്കളുടെ മുഖത്ത് ജീവിതത്തെക്കുറിച്ച് വളരെ പ്രത്യാശ നിറഞ്ഞ ആവേശമാണ് ഞാൻ കണ്ടത്. അവർ തിരിച്ചുപോയതിനുശേഷം അവരുടെ പ്രത്യാശ നിറഞ്ഞ ജീവിതത്തെക്കുറിച്ചും അവർ നേരിടാൻ പോകുന്ന നാളെയുടെ പരുഷ യാഥാർത്ഥ്യങ്ങളെക്കുറിച്ചും ഞാൻ ചിന്തിച്ചു.

രാവ് ഏറെ കഴിഞ്ഞിരിക്കുന്നു. ചീവീടുകളുടെ ശബ്ദം നിലയ്ക്കാത്ത ഒരു സംഗീതമഴപോലെ എന്റെ കാതുകളിൽ വന്നലച്ചുകൊണ്ടിരുന്നു. രാത്രിയുടെ അപാരതയിൽ കനത്ത ഇരുട്ടിലേക്ക് പതിയെ പതിയെ പരിസരം മുഴുവൻ ആണ്ടുതുടങ്ങി. അകലെ തെരുവു വിളക്കിന്റെ മങ്ങിയ വെളിച്ചം മാത്രം. ലോകം മുഴുവൻ ഉറക്കത്തിലേക്ക് വീണുകഴിഞ്ഞിരുന്നു.

7

ഫിലിപ്പൈൻസിലെ സംബാഗിത

സംബാഗിത, ഒരു ഫിലിപ്പിനോ റെസ്റ്റോറന്റിന്റെ പേരാണ്. സംബാഗിത ഫിലിപ്പിനോകളുടെ ദേശീയ പുഷ്പമാണ്. അവരുടെ പാരമ്പര്യവുമായി വളരെ അടുത്തുനില്ക്കുന്നതാണ് സംബാഗിത പുഷ്പം. ക്രിസ്മസിനും പുതുവത്സരപ്പിറവിക്കും ഫിലിപ്പിനോകൾ പഴങ്ങളോടൊപ്പം സംബാഗിത പുഷ്പങ്ങളും സമ്മാനമായി കൈമാറുക പതിവാണ്. ഫിലിപ്പിനോ പരമ്പരാഗത റസ്റ്റോറന്റായി വിഭാവനം ചെയ്യപ്പെട്ട അതിന് സംബാഗിത എന്ന പേരിടാതെ പറ്റില്ലായിരുന്നു. ഫിലിപ്പിനോകൾ ജീവിച്ചതും അവർക്ക് കൈമോശം വന്നതുമായ അവരുടെ സംസ്കാരത്തിന്റെ മുദ്രകളാണ് ആ പൂവ് പേറുന്നത്.

പല നാടുകളെയും ജനതകളെയും പ്രതിനിധാനം ചെയ്യുന്ന സംബാഗിത പോലുള്ള പരമ്പരാഗത റെസ്റ്റോറന്റുകൾ കോസ്മോപൊളിറ്റൻ സ്വഭാവമുള്ള അബുദാബി നഗരത്തിൽ പലയിടങ്ങളിലുമുണ്ട്. അതിൽ ചില പരമ്പരാഗത റസ്റ്റോറന്റുകൾ തീം റസ്റ്റോറന്റുകൾപോലെ ഒറ്റ ആശയത്താൽ നിർമ്മിക്കപ്പെട്ടവയും അതാതിടത്തെ അടുക്കളയും സംഗീതവും നൃത്തവും മര്യാദകളും വിപണനം ചെയ്യുന്നവയുമാണ്. ചില പരമ്പരാഗത റസ്റ്റോറന്റുകൾ അവിയൽ പരുവത്തിലുള്ളവയും വിപുലമായ രുചികളും രസങ്ങളും ഉല്ലാസങ്ങളും വില്ക്കുന്നവയുമാണ്. സംബാഗിതയിൽ പല അഭിരുചികളും ലഭ്യമാണെങ്കിലും ഫിലിപ്പിനോകളുടെ പരമ്പരാഗത മുക്കുവരീതിയിലുള്ള പാട്ടും നൃത്തവും ആസ്വദിക്കാമെന്നത് അവിടത്തെ പ്രത്യേകതയാണ്.

തനത് സംസ്കാരവും ഭാഷയുമറ്റ ഒരു ജനതയാണ് ഫിലിപ്പിനോകൾ. അമേരിക്കൻ അധിനിവേശവും ഇംഗ്ലീഷ് ഭാഷയുടെയും സംസ്കാരത്തിന്റെയും കടന്നുകയറ്റവും ഫിലിപ്പിനോകളെ അസ്തിത്വമില്ലാത്ത

ജനസമൂഹമായി മാറ്റിത്തീർത്തു. എഴുപതുകളിൽ അമേരിക്കയിൽ പ്രചാരത്തിലുണ്ടായിരുന്ന പശുവിനെ മേയ്ക്കുന്നവരുടെ വസ്ത്രങ്ങളായ കൗബോയ് ബ്ലൂ ജീൻസും ടോപ്പും നാല്പത് വർഷത്തിനുശേഷവും ഫിലിപ്പിനോ സ്ത്രീകളും പുരുഷന്മാരും അവരുടെ പാരമ്പര്യവസ്ത്രം പോലെ ഇപ്പോഴും ധരിച്ചു നടക്കുകയാണ്. ഫിലിപ്പിനോകൾ അവരുടെ സ്വന്തം ഭാഷയേക്കാൾ ഇംഗ്ലീഷിന് പ്രാധാന്യം നല്കുന്നു. അവരുടെ ഭാഷയായ തഗ്ലോഗിന് ലിപികൾ പോലും നഷ്ടപ്പെട്ടു പോയി. ഭാഷ എഴുതേണ്ടിവരുമ്പോൾ ഇംഗ്ലീഷും തഗ്ലോഗും കലർന്ന മിശ്രിതഭാഷയിലാണ് അവർ എഴുതുക. വർത്തമാനകാല കേരളീയനെപ്പോലെ ഇംഗ്ലീഷ് ഏത് മലയാളം ഏത് എന്ന് മനസ്സിലാക്കാൻ കഴിയാത്ത വിധമുള്ള തലമുറയിൽപ്പെട്ട ജനതയാണ് ഇപ്പോൾ ഫിലിപ്പിനോകൾ.

ആയിരക്കണക്കിന് ചെറുദ്വീപുകളുടെ കൂട്ടമാണ് ഫിലിപ്പീൻസ്. ഏഷ്യയിലെ ഈ ദരിദ്രരാജ്യത്തെ അമേരിക്ക അവരുടെ പട്ടാള മുഷ്ക് ഉപയോഗിച്ച് കീഴ്പ്പെടുത്തുകയാണ് ഉണ്ടായത്. സായുധരായ കമ്യൂണിസ്റ്റ് ഗ്രൂപ്പ് മാത്രമാണ് അവിടെ അവർക്ക് എതിരാളികളായി ഉണ്ടായിരുന്നത്. അവർ ചെറുത്തുനിന്നിരുന്നു. കടന്നുചെല്ലുന്ന എല്ലാ രാജ്യങ്ങളിലും ചെയ്യുന്നതുപോലെ ജനങ്ങളെ ഭിന്നിപ്പിക്കാൻ അമേരിക്ക അവിടെ ‘അബു സെയ്യഫ്’ എന്ന തീവ്രവാദ സംഘടന ഉണ്ടാക്കുകയും അവർക്ക് ആളും അർത്ഥവും ആയുധവും കൊടുത്ത് പ്രോത്സാഹിപ്പിക്കുകയും ചെയ്തു. അബു സെയ്താഫ് ആണ് യഥാർത്ഥ ശത്രുക്കൾ എന്ന് പറഞ്ഞുകൊണ്ട് അവരെ അടിച്ചമർത്താൻ തങ്ങളുടെ സാന്നിദ്ധ്യം വേണമെന്ന് വാദിക്കുകയും അത് രാഷ്ട്രീയ പ്രചാരണമാക്കുകയും ചെയ്തു. അങ്ങനെ വർഷങ്ങളോളം അവിടെ അമേരിക്കയുടെ ആവശ്യങ്ങൾ നിറവേറ്റുന്ന പാവ സർക്കാരിനെ കുടിയിരുത്താൻ സാധിച്ചു.

മാർക്കോസ് എന്ന ഏകാധിപതിയായ സൈന്യാധിപനായിരുന്നു ഫിലിപ്പീൻസിലെ ഭരണത്തലവൻ. കമ്യൂണിസ്റ്റ് വിരുദ്ധത ജനങ്ങളിൽ ഊതിവീർപ്പിക്കുകയും ജനാധിപത്യം സംരക്ഷിക്കാനെന്ന പേരിൽ കമ്യൂണിസ്റ്റുകാരെ വേട്ടയാടുന്നതിൽ അമേരിക്ക മാർക്കോസിനെ സഹായിക്കുകയും ചെയ്തു. വർഷങ്ങളോളം സംഘർഷഭൂമിയായി ഫിലിപ്പീൻ ദ്വീപ സമൂഹങ്ങൾ മാറി. ഫിലിപ്പീനോ ജനതയുടെ സംസ്കാരത്തെയും ഭാഷയെയും തകർക്കുന്നതിലേക്കാണ് അത് നയിച്ചത്. ഫിലിപ്പിനോ സ്ത്രീകളെ സെക്സ് ടൂറിസത്തിന്റെ ഭാഗമാക്കുകയും പുരുഷന്മാരെ മടിയന്മാരും അരാഷ്ട്രീയക്കാരുമാക്കുകയും അവരുടെ തനത് ഭാഷയെയും സംസ്കാരത്തെയും നശിപ്പിക്കുകയും ചെയ്യുകയെന്ന ദൗത്യം അമേരിക്ക അനായാസം പൂർത്തിയാക്കി.

ഇങ്ങനെ സംസ്കരിക്കപ്പെട്ട ജനതയുടെ ഒരു സാംസ്കാരിക കേന്ദ്രം പോലെയാണ് സംബാഗിത ഇവിടെ പ്രവർത്തിക്കുന്നത്. സംബാഗിതയിലേക്ക് കയറിച്ചെന്നാൽ ആദ്യം കാണുന്നത് വില്ലുപോലെ ഉണ്ടാക്കിയ ഒരു ചുവന്ന മേശയ്ക്കുചുറ്റും ഒരാൾക്ക് കഷ്ടിച്ച് ഇരിക്കാൻ പാകത്തിൽ

ഒറ്റക്കാലിൽ പണിത കുഷ്യൻ കസേരകളാണ്. ആ കസേരകൾ നമുക്ക് എങ്ങോട്ടുവേണമെങ്കിലും തിരിക്കാം. കൂടിവന്നാൽ മുപ്പതോളം ആളുകൾ മാത്രമേ ഇവിടേക്ക് കടന്നുവരികയുള്ളൂ. ഒരു ഡിസ്കോതെക്ക് കൂടിയായ ഈ പബ്ബിലേക്ക് പ്രവേശന ഫീസായി ഒരാൾക്ക് നൂറ് ദിർഹം അതായത് ആയിരത്തി അഞ്ഞൂറ് രൂപ കൊടുക്കണം. റെസ്റ്റോറന്റ്

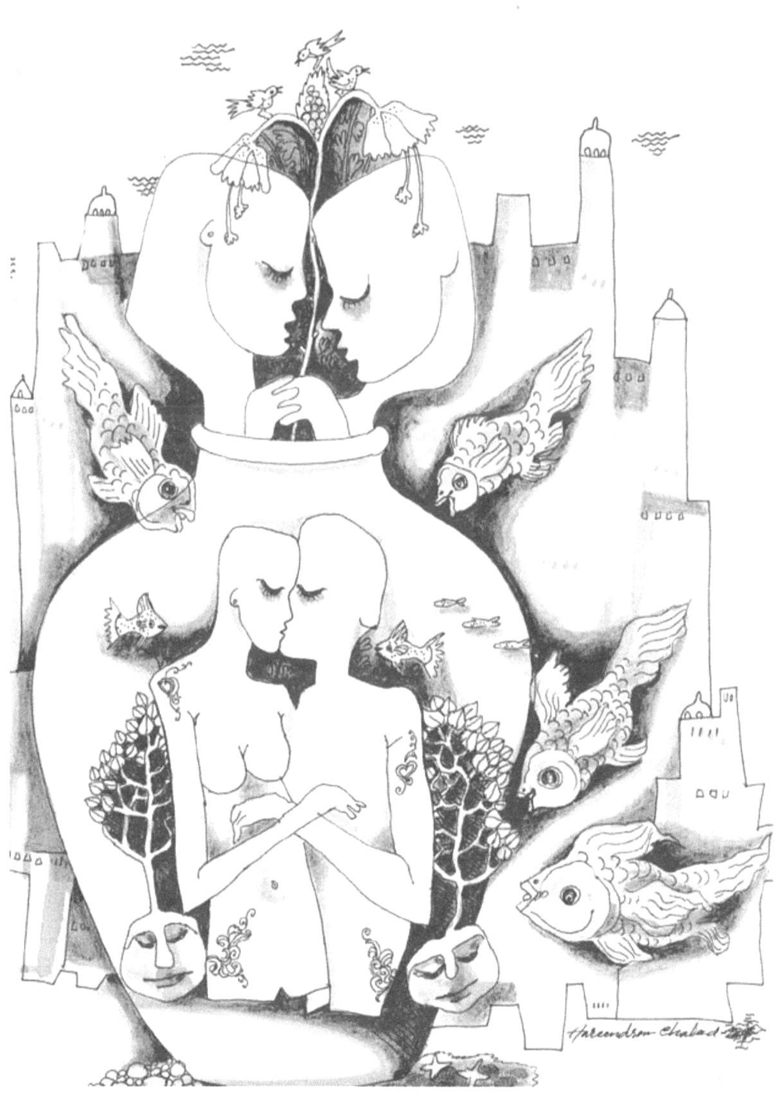

എന്നും രാത്രി ഒൻപതു മണിക്ക് തുറന്ന് പിറ്റേന്നു പുലർച്ചെ അഞ്ചുമണിക്കാണ് അടയ്ക്കുക. ഞാനും കൂട്ടുകാരൻ മുഹമ്മദാലിയും പലവട്ടം സംബാഗിത സന്ദർശിച്ചിട്ടുണ്ട്.

എന്റെ ഏറ്റവും അടുത്ത സുഹൃത്തുക്കളിൽ ഒരാളാണ് മുഹമ്മദാലി. പൊടിമണലിന്റെയും ക്രൂഡ് ഓയിലിന്റെയും ഒപ്പം മാറിമാറിവരുന്ന കടുത്ത ചൂടിന്റെയും തണുപ്പിന്റെയും തീക്ഷ്ണമായ അന്തരീക്ഷത്തിലാണ് മുഹമ്മദാലി ജോലി ചെയ്യുന്നത്. ഒരു മാസം ജോലി ചെയ്താൽ പിന്നെ ഒരു മാസം അവധിയാണ്. അവധിക്ക് നാട്ടിലേക്കുപോകുന്ന ഇടവേളകളിലാണ് ഞാനും മുഹമ്മദാലിയും ഒന്നിച്ചുചേരുന്നത്. ജോലി ചെയ്യുന്ന ഒരു മാസം അദ്ദേഹത്തിന് അവിടെ ഒരുതരത്തിലുള്ള ഉല്ലാസവും സാദ്ധ്യമല്ലാത്ത അവസ്ഥയാണ്. നാഷണൽ ഡ്രില്ലിങ് കമ്പനിയിലായിരുന്നു മുഹമ്മദാലിക്ക് ജോലി. പര്യവേക്ഷണം നടത്തി എണ്ണ കണ്ടെത്തിയ സ്ഥലത്ത് എണ്ണക്കിണർ കുഴിക്കുന്ന കരാർ നാഷണൽ ഡ്രില്ലിങ് കമ്പനിക്കായിരുന്നു. മുഹമ്മദാലി കമ്പനിയിൽനിന്നും മാസ ലീവിന് പുറത്തിറങ്ങിയാൽ നേരെ അബുദാബിയിലെ താല്ക്കാലിക വാസസ്ഥലത്തേക്കാണുവന്നെത്തുക. പിന്നെ സുഹൃത്തുക്കളെ വിളിക്കുന്നു. അവരുടെ കൂടെ ഏതെങ്കിലും ഉല്ലാസ കേന്ദ്രത്തിലെത്തുന്നു. ചില ദിവസങ്ങളിൽ ഞാനും മുഹമ്മദാലിയുടെ കൂടെ ഉണ്ടാവും. അബുദാബിയിൽ രണ്ടു ദിവസമാണ് ആകെ അദ്ദേഹം തങ്ങുക. മൂന്നാംദിവസം നാട്ടിലേക്ക് പറക്കും. ഒരു മാസം കഴിഞ്ഞാൽ വീണ്ടും അബുദാബിയിൽ തിരിച്ചെത്തുന്നു. പിറ്റേ ദിവസം കമ്പനിയിലേക്ക് പോകുന്നു. ഇതാണ് മുഹമ്മദാലിയുടെ പതിവ് രീതി.

വെള്ളി, ശനി ദിവസങ്ങളിലാണ് മുഹമ്മദാലി അബുദാബിയിൽ ഇറങ്ങുന്നതെങ്കിൽ തീർച്ചയായും ഞാനായിരിക്കും അദ്ദേഹത്തിന്റെ കൂടെ. ഞങ്ങൾ ഉല്ലാസ കേന്ദ്രങ്ങൾ തെരഞ്ഞെടുക്കുമ്പോൾ ആകെ ശ്രദ്ധിക്കുന്ന ഒരേയൊരുകാര്യം ആൾത്തിരക്കൊഴിഞ്ഞ സ്ഥലമാണോ എന്നാണ്. അങ്ങനെയുള്ള സ്ഥലങ്ങളാണ് ഞങ്ങൾ തെരഞ്ഞെടുക്കുക. അറബികൾ സല്ലാപങ്ങൾക്കായി തെരഞ്ഞെടുക്കുന്ന ഹുക്കാ വലിക്കുന്ന കോഫി ഷോപ്പുകളോ അതുമല്ലെങ്കിൽ അധികം ബഹളമില്ലാത്ത യൂറോപ്യൻ ബാന്റുകളുടെ സംഗീത സാന്ദ്രമായ അന്തരീക്ഷം ഉണർത്തുന്ന ബാർ കം റെസ്റ്റോറന്റുകളോ ആയിരിക്കും ഞങ്ങൾ തെരഞ്ഞെടുക്കുക. അവിടെവച്ച് ഞങ്ങൾ മണിക്കൂറുകൾ നീളുന്ന സംസാരത്തിൽ ഏർപ്പെടും.

ഹുക്ക കം കോഫി ഷോപ്പുകളാണ് ഞങ്ങൾ തെരഞ്ഞെടുക്കുന്നതെങ്കിൽ മധുരം ചേർത്ത പുകയിലയുടെ പ്രത്യേകം ചേരുവയിൽ തയ്യാറാക്കി ഹുക്കയ്ക്ക് ഓർഡർ ചെയ്യുന്നു. ഗുളഗുള ശബ്ദത്തോടെ ഓട്ടുകമ്പനിയുടെ പുകക്കുഴലിലൂടെ പോകുന്നതുപോലെ ഓരോ വലിയിലും വായിൽനിന്നും പുക പുറത്തിറങ്ങുന്നു. പക്ഷേ, ആ പുകയ്ക്ക് സിഗരറ്റിന്റെയോ ചുരുട്ടിന്റെയോ പുകയുടെ ഗന്ധമല്ല മറിച്ച് സുഗന്ധത്തിൽ പൊതിഞ്ഞ മധുര ഗന്ധമാണ്. ഇടയ്ക്കിടെ അല്പം മധുരം ചേർത്ത

അറബി സുലൈമാനിയും ഇടവിട്ട് മധുരം ചേർക്കാത്ത അറബി കാപ്പിയും. നാട്ടിലെയും ലോകത്തെയും സാഹിത്യവും രാഷ്ട്രീയവും ശാസ്ത്രവും മതവുമൊക്കെ ഞങ്ങൾ ചർച്ചയ്ക്ക് വിധേയമാക്കുന്നു. ഇഴകീറിയുള്ള ചർച്ചകൾക്കിടയിൽ എന്താണിതിലൊക്കെ ഇത്ര സംസാരിക്കാൻ എന്ന ഭാവത്തിൽ മുഹമ്മദാലി പലപ്പോഴും പൊട്ടിപ്പൊട്ടിച്ചിരിക്കും. പലപ്പോഴും ഇത്തരം സംഭാഷണങ്ങളിൽ മുഴുകുന്ന വേളകളിൽ നേരം പുലരുന്നതു പോലും അറിയാറില്ല.

അൽസാക്കർ ഗ്രൂപ്പ് ഓഫ് ഹോട്ടൽ ശൃംഖലയുടേതാണ് സംബാഗിത. അബുദാബിയിൽ ഓരോ നാട്ടുകാർക്കും അതാതിടത്തെ തീനും കുടിയും മര്യാദയും കിട്ടുന്ന റെസ്റ്റോറന്റുകളും ബാറുകളുമാണ് ഉള്ളത്. ഇറാനികൾ, സുഡാനികൾ, പാകിസ്ഥാനികൾ, ഇന്ത്യക്കാർ എല്ലാവർക്കുമുണ്ട് പരമ്പരാഗത ഹോട്ടലുകളും റെസ്റ്റോറന്റുകളും. ഇന്ത്യക്കാർക്കു തന്നെ ഉത്തരേന്ത്യൻ, ദക്ഷിണേന്ത്യൻ, തമിഴർ, തെലുങ്കർ എന്നിങ്ങനെ വേറെയും. കേരളീയ പാരമ്പര്യവിഭവങ്ങളുമായി ത്രിവേണി, നാലുകെട്ട്, പടിപ്പുര, ഊട്ടുപുര എന്നിങ്ങനെയുമുണ്ട്. സ്വർഗ്ഗരാജ്യം പോലെയാണ് ഇവിടെ ജീവിതാവസരങ്ങൾ എന്ന് പറയുന്നതിൽ ഒരു തെറ്റുമില്ലെന്നു തോന്നുന്നു.

ഞാനും മുഹമ്മദാലിയും ഒൻപത് മണിക്കുതന്നെ പ്രവേശന ഫീസായ നൂറ് ദിർഹം അടച്ച് സംബാഗിതയിലേക്ക് പ്രവേശിച്ചു. ഞങ്ങളായിരുന്നു അന്നത്തെ ആദ്യ സന്ദർശകർ. സംബാഗിതയിൽ ബില്യാർഡ് കളിക്കാനും ഡിസ്കോ നൃത്തം ചെയ്യാനും സൗകര്യമുണ്ട്. ഡിസ്കോ നൃത്തം രാത്രി പന്ത്രണ്ട് മണിക്ക് ശേഷമാണ് തുടങ്ങുക. നൃത്തത്തിൽ പങ്കെടുക്കണമെങ്കിൽ പെൺചങ്ങാതി നിർബ്ബന്ധമാണ്. ഡിസ്കോത്തക്ക് എന്നാണ് ഇംഗ്ലീഷിൽ പറയുന്നത്. അറബിയിൽ ദിസ്കോ എന്നും പറയുന്നു. കടന്നുചെന്ന ഉടനെ ഞങ്ങൾ കൗണ്ടറിൽ തിരിയുന്ന കസേരകളിൽ ഇരിപ്പുറപ്പിച്ചു. അധികം വൈകാതെ അവിടേക്ക് മുഹമ്മദലിയുടെ സുഹൃത്തും നാട്ടുകാരനുമായ ഖാലിദ് വന്നുചേർന്നു.

കുറച്ചുകഴിഞ്ഞപ്പോൾ ഞാൻ ഇരുന്ന സ്റ്റൂളിന് അടുത്തായി മുടി നന്നായി നീട്ടി വളർത്തിയ ഒരു ഫിലിപ്പിനോ വന്നിരിപ്പുറപ്പിച്ചു. അയാൾ എന്നോട് സൗമ്യമായ രീതിയിൽ സംസാരിച്ചുതുടങ്ങി. അത് യഥാർത്ഥത്തിൽ ആണും പെണ്ണുമല്ലാത്ത ഒരാളായിരുന്നു. ഞാൻ അയാളോട് സംസാരിക്കുകയും അയാൾക്ക് ബിയർ ഓർഡർ ചെയ്യുകയും ചെയ്തു. ബിയർ കുടിക്കുന്നതിനിടെ അയാളുടെ ഫ്ളാറ്റിലേക്ക് ക്ഷണിച്ചു. സ്നേഹപൂർവ്വം ആ ക്ഷണം നിരസിച്ചു. മുഹമ്മദാലി അപ്പോൾ ഖാലിദുമായി തർക്കിക്കുകയായിരുന്നു.

ഖാലിദിന്റെ ജന്മസ്ഥലം പാലക്കാട് ജില്ലയുടെ ചെർപ്പളശ്ശേരി. അയാൾ മുസ്ലീം പ്രമാണി കുടുംബത്തിലെ അംഗമായിരുന്നു. വിദ്യാഭ്യാസവും സമ്പത്തും അധികാരവുമുള്ള ജന്മി കുടുംബമായിരുന്നു ഖാലിദിന്റേത്. അയാളുടെ പിതാമഹന്മാർ നാട്ടിലെ മുസ്ലീങ്ങൾക്കിടയിലെ അജ്ഞ

തയ്ക്കും യാഥാസ്ഥിതികതയ്ക്കും എതിരെ പോരാടിയവരായിരുന്നു. സ്വാതന്ത്ര്യസമരത്തിൽ പങ്കെടുത്ത ആ കുടുംബം പിന്നീട് പുരോഗമന വാദികളും ഇടതുപക്ഷ അനുഭാവികളുമായിത്തീർന്നു. ഖാലിദ് അബുദാബിയിൽ ഒരു പെട്രോളിയം കമ്പനിയിൽ ഉയർന്ന ഉദ്യോഗസ്ഥനാണ്. കുടുംബസമേതം ഇവിടെ കഴിയുന്നു. ഖാലിദിന്റെ പ്രധാന ഹോബി ജോലിയും വീട്ടുകാര്യവും കഴിഞ്ഞാൽ വണ്ടിയോടിച്ചു നേരെ ഇതുപോലുള്ള ഇടങ്ങളിൽ വന്നിരിക്കുക എന്നതാണ്.

സംബാഗിതയിലെ തിരിയുന്ന കസേരയിലിരുന്ന മുഹമ്മദാലി സാഹിത്യ രാഷ്ട്രീയ മേഖലയിലെ ഏറ്റവും പുതിയ സംഭവങ്ങളെക്കുറിച്ച് വാചാലനായി. ഞാൻ ഒക്കെ കേട്ടിരുന്നു. ഇടയ്ക്ക് മൂളുകയും ചില കാര്യങ്ങളിൽ അഭിപ്രായം പ്രകടിപ്പിക്കുകയും ചെയ്തു. കുറച്ചുകഴിഞ്ഞപ്പോൾ നീണ്ടു വെളുത്ത ഒരു സുന്ദരി ഞങ്ങളുടെ മേശമേൽ വന്നിരുന്നു. സാധാരണ ഫിലിപ്പിനോ രീതിയിലുള്ള ടൈറ്റ് ബ്ലൂ ജീൻസും വൈറ്റ് ജാക്കറ്റുമാണ് വേഷം. മുഖത്ത് മായാത്ത പുഞ്ചിരി. അവൾ വന്നപാടെ ഞങ്ങളെ അഭിവാദ്യം ചെയ്തു. എന്നിട്ട് ക്ഷമാപണം എന്നോണം 'ഞാൻ നിങ്ങളെ ടേബിൾ ഷെയർ ചെയ്തോട്ടെ' എന്ന് ചോദിച്ചു. ഉടനെ മുഹമ്മദാലി അവളെ സ്വാഗതം ചെയ്തു. അവൾക്ക് ഞങ്ങൾ ഷാംപെയിൻ ഓർഡർ ചെയ്തു. ഇവിടത്തെ രീതിയാണിത്. ചെന്നാൽ പരിചയപ്പെടാനും കമ്പനി കൂടാനും ആണോ പെണ്ണോ നപുംസകമോ ആയ ആളുകൾ തേടിയെത്തും. അവരുമായി നമുക്ക് വർത്തമാനം പറയാം, സല്ലാപത്തിലേർപ്പെടാം. ഫ്രീയാണെങ്കിൽ പന്ത്രണ്ട് മണിക്കുശേഷം ഡിസ്കോ ഡാൻസ് ചെയ്യാൻ ഒരു ചങ്ങാതിയുമായി.

ഫിലിപ്പിനോ പെൺകുട്ടി മുഹമ്മദാലിയുമായി സംസാരിച്ചുകൊണ്ടിരുന്നു. സമയം പന്ത്രണ്ട് മണിയായി. അവൾ ഞങ്ങളെ ഡിസ്കോ നൃത്തത്തിനായി ക്ഷണിച്ചു. ഞങ്ങൾ ഹൃദയപൂർവ്വം ആ ക്ഷണം നിരസിച്ചു. അവൾ വേറൊരു ആൺചങ്ങാതിയുമായി നൃത്തത്തിനായി പോയി. നൃത്തത്തിന്റെ ഇടവേളകളിൽ അവൾ ഞങ്ങളുടെ ടേബിളിൽ വന്നിരുന്ന് സൗഹൃദം പുതുക്കിക്കൊണ്ടിരുന്നു. ഞങ്ങൾ അവൾക്ക് നന്ദി പറഞ്ഞുകൊണ്ട് അവിടം വിട്ടിറങ്ങി. നടപ്പിനിടെ ഒരു വേദാന്തിയെപ്പോലെ മുഹമ്മദാലി പറഞ്ഞു.

"ഇത്തരം സൗഹൃദങ്ങൾക്ക് അധികം ദൈർഘ്യം പാടില്ല. ഹ്രസ്വനേരം മാത്രം. ഇവിടെനിന്നും ഇറങ്ങുന്നതോടെ സൗഹൃദവും അവസാനിക്കുന്നതായിരിക്കണം. അതാണ് നമ്മുടെ പോളിസി."

പിന്നീട് ഒരിക്കൽ മുഹമ്മദാലിയുമായി സംബാഗിതയിൽ ചെന്നപ്പോൾ ഖാലിദ് അവിടെ ഇരിക്കുന്നുണ്ടായിരുന്നു. ഖാലിദിന്റെ കൂടെ ഒരു ഫിലിപ്പിനോ പെൺകുട്ടിയുമുണ്ട്. ഞങ്ങളും ഖാലിദിന്റെ കൂടെ കമ്പനി ചേർന്നു. ഖാലിദ് ഫിലിപ്പിനോ പെൺകുട്ടിയുമായി അഗാധമായ പ്രണയത്തിലാണെന്ന് അവരുടെ സംസാരത്തിൽനിന്നും മനസ്സിലായി. പെൺകുട്ടി അബുദാബിയിലല്ല. പുറത്തുനിന്നും വന്നതാണ്. ഒരു കമ്പ

നിയിൽ അക്കൗണ്ടന്റായി ജോലി ചെയ്യുന്നു. പേര് മെർലിൻ. മുഴുവൻപേര് മെർലിൻ ഫ്രാൻസിസ്, സാധാരണ ഫിലിപ്പിനോ പെൺകുട്ടികളിൽ നിന്നും വ്യത്യസ്തമായി അവൾ വളരെ ഉയരമുള്ളവളും നല്ല മുഖകാന്തിയുള്ളവളും മഞ്ഞനിറക്കാരിയുമായിരുന്നു. ഖാലിദുമായി വളരെ നാളായി പ്രണയത്തിലാണ്. രണ്ടുപേരും അടുത്ത ദിവസം ഫിലിപ്പീൻസിലെ മനിലയിലേക്ക് ടൂർ പോകുകയാണെന്നും കുറച്ചു ദിവസം അവിടെ മെർലിന്റെ വീട്ടിൽ തങ്ങുമെന്നും പറഞ്ഞു. പന്ത്രണ്ട് മണിവരെ ഞങ്ങളവിടെ സംസാരിച്ചും കളിതമാശകൾ പറഞ്ഞും ഇരുന്നു. ഞാനും മുഹമ്മദലിയും വീട്ടിലേക്കു ഖാലിദും മെർലിനും ഖാലിദിന്റെ ഫ്ളാറ്റിലേക്കും തിരിച്ചുപോയി.

ഖാലിദിന്റെ കുടുംബം നാട്ടിലാണ്. അയാളുടെ മൂത്തമകളുടെ പഠനാർത്ഥമാണ് കുടുംബം നാട്ടിലേക്ക് താമസം മാറ്റിയത്. ഖാലിദിന്റെ ഭാര്യയും കുട്ടികളും അവധി ദിവസങ്ങളിൽ മാത്രമാണ് അബുദാബിയിൽ വന്നത്. ഖാലിദും മെർലിനും ഒന്നിച്ച് ജീവിക്കുകയാണ്. ഒരു ദിവസം പതിവില്ലാത്തവിധം എനിക്ക് മുഹമ്മദലിയുടെ ഫോൺ വന്നു. ഖാലിദിന് തീരെ സുഖമില്ലെന്നും ആശുപത്രിയിലാണെന്നും ഉടനെ എത്തണമെന്നും പറഞ്ഞു. ഞങ്ങൾ അബുദാബിയിലെ സെൻട്രൽ ആശുപത്രിയിലെ അത്യഹിത വിഭാഗത്തിലെത്തി. മെർലിൻ വളരെ വ്യസനത്തോടെ ഞങ്ങളെ എതിരേറ്റു. അവൾ ഖാലിദിന്റെ അരികിലുണ്ടായിരുന്നു. ഞങ്ങളെ ഖാലിദ് തിരിച്ചറിഞ്ഞു. ഖാലിദിനെ അടുത്തദിവസംതന്നെ നാട്ടിലെ ആശുപത്രിയിലേക്ക് മാറ്റുകയാണെന്ന് മെർലിൻ പറഞ്ഞു. ഞങ്ങൾ കുറച്ചുസമയത്തിനുശേഷം അവിടെനിന്നും യാത്രയായി. ഖാലിദിനെ നാട്ടിലേക്ക് മാറ്റിയതിനുശേഷം മെർലിൻ സാധാരണപോലെ ജോലിക്ക് പോയിത്തുടങ്ങി. അവളെ പുതിയ ആൺസുഹൃത്തുക്കളോടൊപ്പം റസ്റ്റോറന്റുകളിൽ പലപ്പോഴും കണ്ടുമുട്ടി.

ജീവിതം എവിടെയും തങ്ങി നില്ക്കുന്നില്ല. മനുഷ്യർ മാത്രം മാറിമറിയുന്നു. ചിലർ ജീവിതത്തിന്റെ പാതിവഴിയിൽ നമ്മെ വിട്ടുപിരിയുന്നു. മറ്റു ചിലർ ആഹ്ലാദചിത്തരായി പിന്നെയും മുന്നോട്ടുപോകുന്നു. ഞാനും മുഹമ്മദലിയും മാസവട്ട കണ്ടുമുട്ടലുകളിൽ ആനന്ദിലേക്കും ഒ വി വിജയനിലേക്കും എൻ എസ് മാധവനിലേക്കും കടന്നുചെന്നു. ചിലപ്പോൾ നാട്ടിലെ രാഷ്ട്രീയ സാമൂഹ്യ സംഭവങ്ങളെക്കുറിച്ചുള്ള ചർച്ചകളിൽ ഉൽക്കണ്ഠയും നിരാശയും പങ്കുവച്ചു.

8

തപാലാപ്പീസും ക്ലിയോപാട്രയുടെ മൂക്കും

വെയിൽ മങ്ങി സന്ധ്യയുടെ വരവിനായി സായാഹ്നം ഒരുങ്ങിത്തുടങ്ങി. എങ്ങും സന്തോഷത്തിന്റെ അലയൊലികൾ, പക്ഷിമൃഗാദികൾ മാത്രമല്ല മനുഷ്യരും വൈകുന്നേരങ്ങളെ വളരെ ആഹ്ലാദത്തോടെ വരവേല്ക്കുന്നു എന്നു തോന്നിപ്പോകും. ഞങ്ങളുടെ ഗ്രാമത്തിലെ ചെറിയ ബസാർ. അവിടെ ഓടിട്ട മേല്പുരയോടെ, റോഡിൽനിന്നും അല്പം മാറി മൂന്നു മുറികളോടുകൂടിയ ഒരു കെട്ടിടത്തിലാണ് പോസ്റ്റാഫീസ് നില്ക്കുന്നത്. വൈകുന്നേരങ്ങളിൽ മാത്രം തപാലുരുപ്പടികൾ എത്തിച്ചേരുകയും വിതരണം ചെയ്യുകയും ചെയ്യുന്ന സബ്പോസ്റ്റാഫീസാണത്. സന്ധ്യയാകുന്നതിന് മുമ്പുതന്നെ പോസ്റ്റാഫീസിലേക്ക് ആളുകൾ വന്നു തുടങ്ങും. ഓഫീസ് വരാന്തയിൽ ആളുകൾ നിറയാൻ അധികസമയം വേണ്ട.

തപാൽ ഉരുപ്പടികളുമായി കത്ത് ശിപായി നാരായണൻകുട്ടി ആഗതനായി. വരാന്തയിൽ തിങ്ങിനില്ക്കുന്ന ആൾക്കൂട്ടത്തെ വകഞ്ഞുമാറ്റി അയാൾ വാതിലിനടുത്തേക്ക് നടന്നു. അവിടന്നയാൾ തന്റെ ബാഗിൽ നിക്ഷേപിച്ചിരുന്ന താക്കോൽക്കൂട്ടം പുറത്തെടുത്തു. കൈയിൽ തൂക്കിപ്പിടിച്ചിരുന്ന കാക്കിനിറമുള്ള വലിയ സഞ്ചിയപ്പോൾ തന്റെ ഇടതുതോളിലേക്ക് മാറ്റിയിട്ടു. സഞ്ചി നിറയെ ഉരുപ്പടികളാണ്. പോസ്റ്റാഫീസിന്റെ കതകു തുറന്ന് അകത്തു കടന്ന അയാൾ സഞ്ചി മേശമേൽ വയ്ക്കുകയും അവിടെ നിലയുറപ്പിക്കുകയും ചെയ്തു. അയാൾക്ക് പിറകെ ഓഫീസിലേക്ക് കടന്നുവന്നത് കമ്പി ശിപായി വേലായുധനാണ്. അദ്ദേഹവും ആൾക്കൂട്ടത്തെ വകഞ്ഞുമാറ്റിക്കൊണ്ടാണ് അകത്തുകടന്നത്.

അല്പസമയത്തിനുള്ളിൽത്തന്നെ പോസ്റ്റുമാസ്റ്റർ കുഞ്ഞികൃഷ്ണൻ നമ്പ്യാർ എത്തി. കാതിൽ കടുക്കനിട്ട്, നെറ്റിയിൽ ചന്ദനക്കുറി വരച്ച്, ഒറ്റ വേഷ്ടിയും ഡാക്ക മൽമലിന്റെ വലിയ നീളൻ കുപ്പായവും

ഇട്ട് ഒരു പഴയ ബർമീസ് വളയൻകാലുകുടയും ചൂടിക്കൊണ്ടാണ് അദ്ദേഹത്തിന്റെ വരവ്. മൂപ്പരുടെ കുപ്പായത്തിന്റെ കുടുക്കാണെങ്കിൽ സ്വർണ്ണത്തിളക്കംകൊണ്ട് മിന്നുന്നുണ്ടായിരുന്നു. നീളൻ കാല്പാദങ്ങൾ ഒന്നൊന്നായി പതുക്കെ എടുത്തെടുത്ത് വച്ചുകൊണ്ടുള്ള ആ നടത്തം ഒന്നു കാണേണ്ടതുതന്നെയാണ്. ആജാനുബാഹുവായ ആ മനുഷ്യൻ കടന്നു വരുമ്പോൾ ആൾക്കൂട്ടത്തെ വകഞ്ഞുമാറ്റേണ്ടിവന്നില്ല. ആൾക്കൂട്ടം വളരെ ഭവ്യതയോടെ മാറി നിന്നുകൊണ്ട് അദ്ദേഹത്തിനു കടന്നുവരാൻ വഴിയൊരുക്കുകയായിരുന്നു.

പോസ്റ്റുമാസ്റ്റർ കുഞ്ഞികൃഷ്ണൻ നമ്പ്യാർ ഗമയോടെ പോസ്റ്റാഫീസിന് അകത്തേക്കു കടന്ന് കസേരയിൽ ഉപവിഷ്ടനായി. ഉടനെ രണ്ട് ശിപായിമാരും ചേർന്ന് തപാൽ കൊണ്ടുവന്ന കാക്കി സഞ്ചിയുടെ അരക്ക് പൂട്ട് തുറക്കാനുള്ള ശ്രമം ആരംഭിച്ചു. പൂട്ടു തുറന്ന ഉടനെ കത്തും കമ്പിയും പാർസലുമടങ്ങിയ ഉരുപ്പടികൾ വലിയ മേശമേൽ ചൊരിഞ്ഞു. കത്തുകൾ ഓരോന്നായി ഭവ്യതയോടെ എടുത്തു ഒന്നിനുമുകളിൽ ഒന്നായി അടുക്കിവച്ചു. മുഴുവൻ കത്തുകളും അങ്ങനെ വച്ചതിനുശേഷം സീൽ പതിക്കാൻ തുടങ്ങി. സീൽവച്ച കത്തുകൾ നാരായണൻകുട്ടി വീണ്ടും ഓരോന്നായി ക്രമത്തിൽ അടുക്കിവച്ച് പോസ്റ്റുമാസ്റ്റർ കുഞ്ഞികൃഷ്ണൻ നമ്പ്യാരുടെ ചെറിയ മേശമേൽ കൊണ്ടുവച്ചു. അപ്പോഴേക്കും ആൾക്കൂട്ടം പോസ്റ്റാഫീസിന്റെ വാതിക്കൽ വന്നു നിന്നുതുടങ്ങിയിരുന്നു. എല്ലാവരുടെയും കണ്ണുകൾ ആകാംക്ഷകൊണ്ട് വിടർന്നിരുന്നു. ജിജ്ഞാസയോടെ ചിലർ കത്തിന്റെ കുമ്പാരത്തിലേക്ക് ഇടയ്ക്കിടെ പാളി നോക്കുന്നുണ്ട്. അവിടെ കൂടിയ മനുഷ്യരുടെ മുഖങ്ങളിൽ പലതരം ഭാവഹാദികൾ വിരിഞ്ഞു. പറയൻതിരി പാറുഅമ്മ പട്ടാളത്തിലുള്ള തന്റെ മകനയക്കുന്ന മണി ഓർഡർ തേടി വന്നതായിരുന്നു. വിലാസം ഓരോന്നു വായിക്കുമ്പോഴും അത് തനിക്കല്ലെന്ന് അറിയുമ്പോൾ അവരുടെ മുഖത്ത് നിരാശയുടെ ഇരുട്ടുപടരും.

കുഞ്ഞികൃഷ്ണൻ നമ്പ്യാർ തന്റെ വടിവൊത്ത ശൈലിയിൽ മേൽവിലാസക്കാരുടെ പേര് വിളിച്ചു. ആദ്യത്തെ പേര് കുഞ്ഞികൃഷ്ണൻ നമ്പ്യാർ വിളിച്ചതും പേരിന്റെ ഉടമ പോസ്റ്റാഫീസിന്റെ അകത്തേക്ക് കടന്നതും കത്ത് കൈക്കലാക്കി സ്ഥലം വിട്ടതും ഒന്നിച്ചായിരുന്നു. രണ്ടാമത്തെ പേര് വിളിച്ചു. പൂവൻ പറമ്പിൽ മാധവിയമ്മ. കുഞ്ഞികൃഷ്ണൻ മാസ്റ്റർ വായന തുടർന്നുകൊണ്ടിരുന്നു. കേളോത്ത് കോമൻ നമ്പ്യാർ, ചന്ദ്രോത്ത് ഇബ്രാഹിം ഹാജി, വള്ളുവച്ചേരി അബ്ദുൾ ഖാദർ, കോവുമ്മൽ ചാത്തു, ഇല്ലത്ത് വളപ്പിൽ കുഞ്ഞായിശ.. അവിടെ കൂടിയവരിൽ ഓരോരുത്തരും തങ്ങളുടെ പേര് വിളിക്കുന്നതും കാതോർത്തുകൊണ്ട് ഒരു ധ്യാനത്തിലെന്നപോലെ അടുത്ത പേരിനായി കാത്തിരുന്നു.

ജനക്കൂട്ടത്തിനു നടുവിൽ പലവിധ ചിന്തകളിൽ മുഴുകി ഒറ്റപ്പെട്ട ഒരുതുരുത്തിലെന്നപോലെ ഞാൻ നില്ക്കുന്നുണ്ടായിരുന്നു. ഞാൻ ആലോചിച്ചു, എന്തുകൊണ്ട് എന്റെ പേര് മാത്രം വിളിക്കുന്നില്ല. പല

പ്രാവശ്യം ഞാൻ പോസ്റ്റാഫീസ് വരാന്തയിൽ കത്തിനായി ഊഴം കാത്ത് നിന്നിട്ടുണ്ട്; ഫലം തഥൈവ. അങ്ങനെയിരിക്കെ ഒരു ദിവസം എന്റെ അമ്മാവന്റെ പേര് വിളിച്ചു. കുഞ്ഞി മൊയ്തീൻ സി വി. ഞാൻ വളരെ സന്തോഷത്തോടെ പോസ്റ്റുമാസ്റ്റർ കുഞ്ഞികൃഷ്ണൻ നമ്പ്യാരിൽ നിന്നും ആ കത്ത് ഏറ്റുവാങ്ങി മറോട് ചേർത്തുപിടിച്ചുകൊണ്ട് വീട്ടിലേക്ക് ഒരോട്ടമായിരുന്നു. കത്തിന്റെ ലക്കോട്ട് പുതുപുത്തനും ഭംഗിയുള്ളതുമായിരുന്നു നല്ല വെള്ള നിറമായിരുന്നുവെങ്കിലും അതിന്റെ അരികിൽ ഇടവിട്ടു നീല പുള്ളികൾ കുറി അടയാളം പോലെ ഭംഗിയായി ചാലിച്ചു ചേർത്തിരുന്നു. ആ കത്ത് ബർമ്മയിലെ ആക്യാബിൽ നിന്നുമായിരുന്നു വന്നത്.

വീട്ടിലെത്തി കത്ത് ഞാൻ അമ്മാവനു കൈമാറി. കത്ത് പൊട്ടിച്ച അമ്മാവൻ ഞങ്ങൾക്കത് വായിച്ചുകേൾപ്പിക്കാൻ തയ്യാറെടുത്തു. വീട്ടിലെ എല്ലാവരും കത്ത് വായിക്കുന്ന അമ്മാവന് പിറകിലായി ചേർന്നു നിന്നു. ഓരോ കത്തുവരുമ്പോഴും സന്തോഷത്തിന്റെ ഒരു ലോകം തന്നെ ഞങ്ങളിലേക്ക് ഇറങ്ങിവന്നു. വെളുത്ത കടലാസിൽ നീല വരയുടെ മേലെ കുനെകുനെ എഴുതിയ കൈയക്ഷരത്തിലെ വാചകങ്ങൾ അമ്മാവൻ വായിച്ചു. കത്തിലെഴുതിയ ആദ്യ വാചകം. 'ഒബില്ലാഹിതൗഫീക്' എന്ന് വായിച്ച് അമ്മാവൻ ഒരിട നിർത്തി ഞങ്ങളെ കണ്ണെടുത്തു നോക്കുകയും വീണ്ടും വായന തുടരുകയും ചെയ്തു. 'എനിക്ക് ഏറ്റവും പ്രിയപ്പെട്ട എല്ലാവരും വായിച്ചറിയുവാൻ ആ ക്യാബിൽനിന്നും അമ്മോട്ടി മുഹമ്മദ് എഴുതുന്നത്. എന്തെന്നാൽ നിങ്ങൾ അയച്ച കത്തുകിട്ടി. സുഖമെന്നറിഞ്ഞതിൽ വളരെ സന്തോഷം. ഞാൻ അയച്ച മണിയോർഡർ നിങ്ങൾക്കു കിട്ടിയെന്നറിഞ്ഞു സന്തോഷിക്കുന്നു. അവിടെ എല്ലാവർക്കും സുഖമെന്നു കരുതി സമാധാനിക്കുന്നു. എനിക്കിവിടം ഒരുവിധം സുഖം തന്നെ.'

കത്തു വായിച്ചു കേട്ടതിനുശേഷം എല്ലാവരും പിരിഞ്ഞുപോയി. എന്റെ മനസ്സിൽ അപ്പോഴും എന്റെ പേരിൽ ഒരു കത്ത് വരാത്തതിലുള്ള പ്രയാസം ബാക്കിനിന്നു. കത്തിന്റെ പോക്കുവരവിനെക്കുറിച്ച് പഴയ കമ്പിശിപായിയും എന്റെ അയല്ക്കാരനുമായ ചാത്തു നമ്പ്യാരോടു കാര്യങ്ങൾ തിരക്കി. അപ്പോഴാണു വഴി തുറന്നുകിട്ടിയത്. അങ്ങനെ ഞാൻ നേരെ പോസ്റ്റാഫീസിൽ ചെന്ന് ഒരു ഇൻലെന്റ് വാങ്ങി. അതിൽ ആദ്യം എന്റെ മേൽവിലാസം എഴുതി. സി വി സലാം, പി ഒ ചേലേരി, കൊളച്ചേരി വഴി, കണ്ണൂർ, കേരളം, ഇന്ത്യ, കത്ത് അയക്കുന്നയാളുടെ വിലാസം വള്ളുവച്ചേരി അമ്മാട്ടി മുഹമ്മദ്, അക്യാബ്, ബർമ്മ അയക്കുന്നയാളുടെ വിലാസം അക്യാബിലുള്ള ഉപ്പയുടെ പേരിലാണെങ്കിലും ഞാൻ അതിൽ ഒളിച്ചുവച്ചത് എന്റെ എത്രയും പ്രിയപ്പെട്ട ഒരുവളെയായിരുന്നു. വളരെ രഹസ്യമായി കണ്ണൂരിൽ മീൻ കൊണ്ടുവരാൻ പോകുന്ന മമ്മിക്കാടെ കൈയിൽ ഞാനാ കത്ത് കൊടുത്തയച്ചു. കണ്ണൂരിലെ ഏതെങ്കിലും ഒരു ചുകന്ന പെട്ടിയിൽ കത്ത് ഇടാനാണ് മൂപ്പരുമായി ചട്ടം കെട്ടിയത്. അതിന് കൈക്കൂലിയായി രണ്ട് രൂപയും കൊടുത്തിരുന്നു.

രണ്ടു മൂന്ന് ദിവസം ഒന്നും സംഭവിക്കാതെ കടന്നുപോയി. മൂന്നാം ദിവസം തൊട്ട് ഞാൻ ദിവസവും പോസ്റ്റ് ഓഫീസിന്റെ വരാന്തയിൽചെന്നു നില്ക്കാൻ തുടങ്ങി. നിരാശ മാത്രം ഫലം. ദിവസവും കുഞ്ഞികൃഷ്ണൻ നമ്പ്യാർ ആളുകളുടെ പേരു വിളിക്കുന്നു. ഓരോ വിളിക്കുശേഷവും ഞാൻ കാതോർക്കും. അടുത്തപേര് എന്റേതായിരിക്കും! ഒരാഴ്ചയോളം കാത്തിരുന്നു. ഒന്നും സംഭവിച്ചില്ല. എനിക്ക് ഉറക്കംവരാത്ത രാത്രികളായിരുന്നു പിന്നീട്. മമ്മിക്ക കത്ത് കണ്ണൂരിൽ പോസ്റ്റ് ചെയ്തില്ലേ? കണ്ണൂരിലേക്ക് പോകുമ്പോൾ അയാൾ കത്ത് കക്കാട് പുഴയിൽ ഒഴുക്കിക്കളഞ്ഞോ. ആകെ ഒരു വെപ്രാളവും വേവലാതിയും. കാത്തിരിക്കുകതന്നെ.

അന്നൊരു വെള്ളിയാഴ്ചയായിരുന്നു. പതിവുപോലെ കുഞ്ഞികൃഷ്ണൻ നമ്പ്യാർ കത്തിന്റെ ഉടമയുടെ പേരുവിളിക്കാൻ തുടങ്ങി. തുണ്ടുകണ്ടിയിൽകാർത്ത്യായനി, അതായിരുന്നു ആദ്യത്തെപേര്. രണ്ടാമത്തേത് വാണിയൻ കണ്ടി പാത്തുമ്മ. മൂന്നാമത്തെ പേർ വിളിച്ചതോടെ ഞാൻ ആഹ്ലാദചിത്തനായി. കുഞ്ഞികൃഷ്ണൻ മാസ്റ്റർ നീട്ടിവിളിച്ചു. സി വി സലാം. മാസ്റ്ററുടെ കൈയിൽനിന്നും കത്ത് വാങ്ങി ഞാൻ ഗമയിൽ പുറത്തേക്കിറങ്ങി. ആൾക്കൂട്ടമാകെ എന്നെ നോക്കി. ഒരു വിശ്വജേതാവിനെപ്പോലെ ഞാൻ പോസ്റ്റോഫീസിന്റെ പടിയിറങ്ങി.

ഞാൻ തന്നെ എഴുതിയ എനിക്കുള്ള കത്ത് പൊട്ടിച്ചു വായിക്കുവാൻ തുടങ്ങി. "എനിക്ക് എത്രയും പ്രിയപ്പെട്ട (-) അറിയാൻ നിന്റെ സ്വന്തം മാത്രമായ സി വി സലാം എഴുതുന്നത്. എന്തെന്നാൽ എനിക്ക് വേണമെങ്കിൽ നിന്റെ വിലാസത്തിൽത്തന്നെ ഈ കത്ത് അയക്കാമായിരുന്നു. ഈ കത്ത് നിനക്കു കിട്ടിയാലുള്ള നിന്റെ വീട്ടിലെ പുകിലും എന്റെ വീട്ടിലും നാട്ടിലും ഉണ്ടാവാൻപോകുന്ന പൊട്ടിത്തെറികളും ഞാൻ പല വട്ടം ആലോചിച്ചുനോക്കി. അവസാനം ഞാൻ ഒരു തീരുമാനത്തിലെത്തി. നമ്മുടെ അനശ്വര പ്രേമത്തിന്റെ വിശുദ്ധമായ വാക്കുകൾ ഞാൻ തന്നെ എഴുതി ഞാൻ തന്നെ പോസ്റ്റ് ചെയ്തു ഞാൻ തന്നെ വായിക്കാമെന്ന്. പക്ഷേ, നീ ഈ കത്തിനെക്കുറിച്ചോ നമ്മൾ തമ്മിലുള്ള പ്രണയത്തെക്കുറിച്ചോ മരിക്കുന്നതുവരെ അറിയുന്നുണ്ടാവില്ല. എങ്കിലും എന്റെ മനസ്സമാധാനത്തിനുവേണ്ടി ഞാൻ ഈ കത്ത് നിനക്കുവേണ്ടി സമർപ്പിക്കുന്നു. എന്റെ ഈ ഭീരുത്വത്തെ ഓർത്ത് എന്റെയും നിന്റെയും മരണത്തിനുശേഷം പല ലോകത്തും സ്വർഗ്ഗത്തിലും തികഞ്ഞ സ്വാതന്ത്ര്യത്തിന്റെ അന്തരീക്ഷത്തിൽ നീ എന്നെ പഴിക്കുമായിരിക്കും. അതിൽ ഞാൻ ഏറെ വ്യസനിക്കുന്നു പക്ഷേ, ഞാൻ ഇതു കാര്യമാക്കുന്നില്ല. നീ ചിരിക്കുമ്പോൾ ആ നിഷ്കളങ്കതയിൽ നിന്റെ നുണക്കുഴികൾ വിടർന്ന് കവിളിൽ ജലാശയം പോലെ നീലിമയാർന്നതും ചാരുതയാർന്നതുമായ ഭാവപ്പകർച്ച ഉണ്ടാവുന്നത് എനിക്ക് അവിടെ സ്വർഗ്ഗത്തിൽ ഭയപ്പാടില്ലാതെ ആസ്വദിക്കാമല്ലോ. നിന്റെ സൗന്ദര്യത്തെ പരലോകത്തുവച്ച് ഒരു തടസ്സവും ഇല്ലാതെ ആസ്വദിക്കാമെന്ന ആശ മാത്രമാണ് എന്നെ ഇന്ന് ജീവിപ്പിക്കുന്നത്. ദൈവത്തിന് മനുഷ്യബന്ധങ്ങളുടെ ഊഷ്മളതയും സ്നേഹ

വായ്പും അറിയുന്നതു കൊണ്ട് അദ്ദേഹം തീർച്ചയായും നമ്മെ അനുകൂലിക്കും, ഈ നശിച്ച ഭൂമിയിൽ മനുഷ്യരുടെ വാഴ്ചയല്ലേ. അതുകൊണ്ട് വിഡ്ഢികളായ മനുഷ്യരെക്കുറിച്ച് നമുക്ക് സഹതപിക്കാനേ കഴിയൂ. എങ്കിലും ഒരു അപരാധം നിന്നോട് ഞാൻ ചെയ്തു. നിന്നെ പ്രേമിക്കുന്ന കാര്യം നിന്നോട് ഞാൻ പറഞ്ഞില്ല. പക്ഷേ, എന്റെ പ്രാണന്റെ ഏതോ കോണിൽ ഈ കത്തിലെ വാചകങ്ങൾ ഞാൻ എഴുതിവച്ചിട്ടുണ്ട്. പരലോകത്ത് നിനക്കത് വായിച്ചെടുക്കാൻ എളുപ്പത്തിന് ഞാൻ അതിന് ഒരു നക്ഷത്രചിഹ്നവും ഇട്ടിട്ടുണ്ട്. ക്ഷേമമെന്ന് കരുതട്ടെ. സ്നേഹത്തോടെ പ്രേമപൂർവ്വം നിന്റെ സ്വന്തം!"

കത്തുകളിലൂടെയും കിനാവുകളിലൂടെയും മാത്രം ഉടലെടുക്കുകയും പര്യവസാനിക്കുകയും ചെയ്ത പ്രണയകഥകളും മറ്റും ഓരോ മനുഷ്യരുടെയും ജീവിതത്തിലുമുണ്ടാകും. ഇത്തരം കഥകൾ എത്രയോ കാതം അകലെ കഥകളുടെ അറേബ്യൻ മരുഭൂമിയിൽനിന്നും നിരൂപിച്ചെടുക്കുക രസകരമായ അനുഭവം തന്നെ. അന്നൊരു പെരുന്നാൾ ഒഴിവുദിനമായിരുന്നു. മുറിയിൽ അങ്ങനെ കഥയും കിനാവും കൂടിക്കലർന്ന മനോരാജ്യത്തിൽ മുഴുകിയിരിക്കെയായിരുന്നു ഞാൻ. അപ്പോഴാണ് സുഹൃത്ത് നബീലിന്റെ ഫോൺ വിളി എന്നെ തേടി വന്നത്.

അവൻ സന്തോഷത്തോടെ ചോദിച്ചു:

"നിങ്ങൾ അവിടെ ഒറ്റയ്ക്കിരിക്കുകയാണോ? എങ്കിൽ കഥകൾ എഴുതാൻ തയ്യാറായി ഈ അനന്തമായ മിർഫ മരുപ്രദേശത്തേക്ക് വരൂ.,"

അവന്റെ ഹൃദയംഗമായ ക്ഷണം നിരസിക്കാനായില്ല. പിറ്റേന്ന് അതിരാവിലെ ഞാൻ അബുദാബിയുടെ കിഴക്കെ അറ്റത്തെ മിർഫ മരുപ്രദേ

ശത്തേക്ക് യാത്രയായി. നബീൽ എന്നെ സ്വാഗതം ചെയ്യാനായി കാത്തിരിപ്പുണ്ടായിരുന്നു. വൈകുന്നേരംവരെ ഞങ്ങൾ മുറിയിൽ കഴിച്ചുകൂട്ടി.

ആ സന്ധ്യാവേളയിൽ ഞാനും നബീൽ മുഹമ്മദും മിർഫ മരുപ്രദേശത്തെ കുന്നിൻപുറത്ത് സായാഹ്ന സവാരിക്കുശേഷം വിശ്രമിക്കാനായി ഇരിക്കുകയായിരുന്നു. കൊല്ലന്റെ ആലയിൽ ചുട്ടുപഴുപ്പിച്ചെടുത്ത ചുവന്ന ലോഹത്തകിടുപോലുള്ള സൂര്യൻ മുന്നിലെ കുന്നുകളിൽ മെല്ലെ അപ്രത്യക്ഷമാവുന്നത് കണ്ടു. മൂവന്തി വെളിച്ചം മാറി ചുറ്റും ഇരുളുപരക്കെ ഞങ്ങൾ ആകാശം നോക്കിക്കിടപ്പായി. ലോകത്ത് ഏതുഭാഗത്തുനിന്നും നോക്കിയാലും കാണുന്നതിലും കൂടുതൽ വിശാലമായിരുന്നു അപ്പോൾ മിർഫ മരുഭൂമിയിലെ നക്ഷത്രനിബിഡമായ ആകാശം. അവിടെ കിടന്ന് നക്ഷത്രങ്ങളെ സാക്ഷിയാക്കി നബീൽ തന്റെ ഹൃദയ തന്ത്രികളെ തരളിതമാക്കിയ പ്രേമത്തെക്കുറിച്ച് എന്നോട് വാചാലനായി:

"അവളൊരു അറബി പെൺകൊടിയായിരുന്നു. അവളുടെ പേര് ഹിന്ദ് എന്നായിരുന്നു (ഹിന്ദ് എന്ന അറബി വാക്കിന്റെ അർത്ഥം ഇന്ത്യ എന്നാണ്) അവളുടെ കണ്ണുകൾ വളരെ നീണ്ടതും തിളക്കമുള്ളതുമായിരുന്നു. ഈജിപ്ഷ്യൻ സുന്ദരിയായ ക്ലിയോപാട്രയെപ്പോലെ നീണ്ട് അറ്റം അല്പം വളഞ്ഞ നാസികയുള്ളവൾ. അവളുടെ അധരപുടങ്ങൾ വീതിയേറിയതും ചുവന്നു തുടുത്തതുമായിരുന്നു. വർഷങ്ങളോളം ഞാൻ അവളെ എന്റെ മനസ്സിൽ ആരാധിച്ചു നടന്നു. അവളുടെ മുഖകാന്തി ഒരു പൂനിലാവ് ഉദിച്ചുയരുന്നത് പോലെയായിരുന്നു. ഇത്രയെല്ലാം ഇഷ്ടം എനിക്ക് അവളോട് തോന്നിയെങ്കിലും ഒരിക്കൽപോലും ഞാനത് അവളോട് തുറന്ന് പറഞ്ഞില്ല! എനിക്ക് അത് അവളോട് പറയാൻ ധൈര്യമില്ലായിരുന്നു.

അവളെക്കുറിച്ച് മറ്റ് അറബ് സ്ത്രീകൾ എന്നോട് ചോദിച്ചത് എന്താണെന്ന് നിങ്ങൾ അറിയുമോ? നിന്റെ ഭാര്യയാണോ ഹിന്ദ് എന്ന്. അതേ ചോദ്യം അവർ എന്നോട് പലവുരു ചോദിക്കുകയുണ്ടായി. ആദ്യം ആരാണ് അത് എന്നോട് ചോദിച്ചത്? മൗസ്സയാണ് എന്നാണെന്റെ ഓർമ്മ. എന്തുകൊണ്ടാണ് അവൾ പറയുന്നത് എന്തും നീ സാധിച്ചു കൊടുക്കുന്നതെന്ന് അവർ തിരക്കുമായിരുന്നു. അത് എനിക്ക് അറിയില്ലായിരുന്നു. അവൾക്കുവേണ്ടി എന്താണ് ഞാൻ ചെയ്തുകൊണ്ടിരിക്കുന്നത് എന്ന്. ദിവസവും ഞാനവളെ കാണുന്നു. ഒരു ദിവസം കണ്ടില്ലെങ്കിൽ ഫോണിൽ വിളിച്ച് കുശലാന്വേഷണങ്ങൾ നടത്തുന്നു. ഒരിക്കൽ അവൾ എന്നോട് ചോദിച്ചു. നിനക്ക് സ്വപ്നവ്യാഖ്യാനം അറിയുമോ എന്ന്. ഞാൻ ആശിച്ചു. എന്നെക്കുറിച്ചായിരിക്കുമോ അവൾ ആ കിനാവുകൾ കണ്ടിട്ടുണ്ടാവുക? എനിക്കറിയില്ല. ഞാനാണെങ്കിൽ അവളുടെ ഓരോ ചലനവും ദൂരെനിന്ന് നോക്കിക്കണ്ടു. വസ്ത്രങ്ങൾ അണിയുന്ന രീതി, ലിപ്സ്റ്റിക്കുകളുടെ വർണ്ണങ്ങൾ, കാൽനഖത്തിലെ നെയിൽ പോളിഷുകൾ ഒക്കെ, ഞാനതൊക്കെ ശ്രദ്ധിക്കുന്നുണ്ട്. എന്നവൾക്ക് അറിയാമായിരുന്നു. ഇതൊക്കെയാണെങ്കിലും ഒരിക്കൽപോലും അവളോട് പ്രേമാഭ്യർത്ഥന

നടത്തിയില്ല. അതിന് എനിക്ക് ഒരിക്കലും കഴിയുമായിരുന്നില്ല. കാരണം അവളോട് എനിക്ക് ഉണ്ടായിരിക്കുന്നത് ഒരുതരം ആരാധന മാത്രമായിരുന്നല്ലോ! തിരിച്ച് എന്നോട് എന്ത് വികാരമാണുണ്ടായിരുന്നത് എന്ന് ഒരിക്കൽപോലും ഞാൻ അവളോട് ചോദിച്ചില്ല. അവളോടു പറഞ്ഞുമില്ല.

അവസാനം അവളുടെ ജീവിതത്തിലെ നിർണ്ണായക മുഹൂർത്തം വന്നണഞ്ഞു. സുമുഖനും സുന്ദരനും ദൃഢഗാത്രനുമായ ഒരു അറബി ചെറുപ്പക്കാരൻ അവളെ വിവാഹം കഴിക്കാൻ തയ്യാറായി. അതോടെ എന്റെ മനസ്സിന് ക്ഷതമേറ്റു. എന്നിട്ടും അവളോടുള്ള ആരാധന മനസ്സിൽനിന്നും മായ്ച്ചുകളയാൻ കഴിഞ്ഞില്ല. ക്ലയോപാട്രയെപ്പോലെ അവൾക്ക് അധികാരത്തിന്റെ ഗർവ്വ് ഉണ്ടായിരുന്നോ? സൗന്ദര്യത്തിന്റെ അഹന്ത ഉണ്ടായിരുന്നോ? പുരുഷന്മാരെ അവളിലേക്ക് ആകർഷിക്കാൻ അവരെ അമ്മാനമാടാൻ അവൾക്ക് പ്രത്യേക കഴിവുണ്ടായിരുന്നോ? നീണ്ട കഴുത്തും, വീതിയുള്ള നീണ്ട നാസികയും സ്വർണ്ണവർണ്ണവുമുള്ള അവൾ ക്ലിയോപാട്രയുടെ പുനർജ്ജന്മമല്ലാതെ മറ്റൊന്നുമായിരുന്നില്ല. ക്ലിയോപാട്രയെപ്പോലെ അവൾ ജനിച്ചതും ഒരു അറബ് വംശജയായി ത്തന്നെ. എന്തൊരു സമാനത, എന്തൊരു അത്ഭുതം, ഒടുവിൽ എല്ലാം ഒരു ദിവാസ്വപ്നം പോലെ.

അവൾ ഓഫീസിൽനിന്നും രാജിവച്ച് ഖത്തറിലേക്ക് പോയി മറഞ്ഞു. ഞാനാവട്ടെ അനശ്വര പ്രേമത്തിന്റെ ഭാരവും പേറി ഇവിടെയിങ്ങനെ. അറബികളെപ്പോലെ എല്ലാം മറക്കാനും പൊറുക്കാനും കഴിയുക എന്നതാണ് ജീവിതത്തിൽ നാം കൊണ്ടുനടക്കേണ്ട തത്ത്വശാസ്ത്രം എന്ന് തോന്നുന്നു. ഹിന്ദ് കുറെ കുഞ്ഞുങ്ങളെ പ്രസവിച്ച് വിളറിയ മുഖമുള്ള ഒരു എണ്ണച്ചായ ചിത്രംപോലെ മാറും എന്നാണ് ഞാൻ കണക്കാക്കിയത്. അല്ലെങ്കിൽ ആ അറബി ചെറുപ്പക്കാരനുമായി പിണങ്ങി ഓടിപ്പോകുമെന്ന്. സംഭവിച്ചത് അതായിരുന്നു. അവൾ ദിവസങ്ങളോളം മാത്രമേ ആ ചെറുപ്പക്കാരനുമായി ജീവിതം പങ്കുവച്ചുള്ളൂ. അവളുടെ ജീവിതം പിന്നെയും എങ്ങനെ മാറിമറിഞ്ഞു എന്ന് ഞാൻ അറിഞ്ഞില്ല. അല്ലെങ്കിൽ അറിയാൻ ശ്രമിച്ചില്ല. നബീൽ പറഞ്ഞു നിർത്തി.

അവിടെ തണുത്ത കാറ്റടിക്കുന്നുണ്ടായിരുന്നു. ഞങ്ങൾ കുന്നിറങ്ങി. നടപ്പിനിടെ ഞാൻ മിർഫാ മരുഭൂമിയിലേക്കുവന്ന മറ്റൊരു ദിവസത്തെക്കുറിച്ച് ഓർത്തു. അതും ഇതുപോലെ തണുപ്പുള്ളൊരു വൈകുന്നേരമായിരുന്നു. അന്നെനിക്ക് കൂട്ട് നാട്ടുകാരനായ മുസ്ലാർ കുട്ടിയായിരുന്നു. അയാൾ ജോലി ചെയ്യുന്ന മീൻപിടുത്തബോട്ടിൽ ഞങ്ങൾ പല നാട്ടുവർത്തമാനങ്ങളും പറഞ്ഞ് ഇരിക്കുകയാണ്. അപരാഹ്നസൂര്യന്റെ രശ്മികൾ ആകാശത്ത് തിളങ്ങിത്തുടങ്ങിയിരുന്നു. പതുക്കെ ഒരു പഴുത്ത ചെമ്പുതകിടുപോലെ സുവർണ്ണരാശി വിതറി ആകാശമാകെ കത്തിജ്ജ്വലിച്ചു. അപ്പോൾ ഇരുട്ട് ഒരു കാമുകനെപ്പോലെ മന്ദം മന്ദം കടന്നുവന്നു. കാറ്റ് ആഞ്ഞുവീശി. ഞങ്ങൾ ഇരുന്ന ബോട്ട് ആ കാറ്റിന്റെ ശബ്ദത്തിലും ശക്തിയിലും ഒന്ന് ഇളകി മറിഞ്ഞു. സ്ഫടികതുല്യമായ മഞ്ഞുകട്ടകൾ

ആകാശത്തുനിന്നും ഭൂമിയിലേക്ക് വീണു തുടങ്ങി. ആലിപ്പഴ വർഷത്തെ ഞാൻ അത്ഭുതത്തോടെ നോക്കിനിന്നു. ബോട്ടിലും കരയിലെ ജെട്ടിയിലും സ്ഫടികക്കല്ലുകൾ കൊണ്ട് നിറഞ്ഞിട്ടുണ്ടായിരുന്നു. കാറ്റിന്റെ ശബ്ദവും ശക്തിയും ഒന്നു കുറഞ്ഞു. അന്തരീക്ഷം തണുത്തുതുടങ്ങി. മാനത്ത് നിലാവ് തെളിഞ്ഞു. കടലും കരയും നിലാവിൽ കുളിച്ചു. അന്തരീക്ഷത്തിൽ മുഴുവൻ തണുപ്പ് ബാധിച്ചിരുന്നു. മഞ്ഞുകട്ടകളെ കാറ്റ് മരുഭൂമിയിലേക്ക് ആനയിച്ചുകൊണ്ടുപോയിരുന്നിരിക്കണം. അതാണ് അന്തരീക്ഷത്തെ തണുപ്പിച്ചിട്ടുണ്ടാവുക. ഞാൻ ഇരുന്ന ബോട്ടിൽനിന്നും പതുക്കെ കരയിലേക്ക് ഇറങ്ങി. കരയിൽ നിറഞ്ഞു നിന്നിരുന്ന സ്ഫടികക്കട്ടകൾ അലിയാൻ തുടങ്ങിയിരുന്നു. ഞാൻ ഷൂസഴിച്ചു പിടിച്ച് അതിനിടയിലൂടെ നടന്നു. മഞ്ഞുകട്ടകൾ ഉള്ളം കാലിനെ ആഴത്തിൽ ഇക്കിളിപ്പെടുത്തുന്നത് അറിഞ്ഞു.

രാവുകളെ പകലാക്കിക്കൊണ്ട് എങ്ങും മിർഫയിലെ നിയോൺ വിളക്കുകൾ തെളിഞ്ഞു. സുരഭിലമായ ആ രാത്രിയിൽ ഞാനും നബീലും ഏകാന്തമായ കുന്നിൻ മുകളിൽനിന്നും മടങ്ങുമ്പോൾ റോഡുകൾ ഏറെ വിജനമായിരുന്നു. ഏതോ ഒരു അറബി പെൺകൊടി തന്റെ ടൊയോട്ട കാമ്റി കാറോടിച്ചുകൊണ്ട് ഞങ്ങളെ കടന്നുപോയി. അവൾ തന്റെ മൊബൈൽ ഫോണിൽ എന്തോ മധുരവർത്തമാനം പറയുന്നുണ്ടായിരുന്നു. ഒരുപക്ഷേ, ഏതോ അജ്ഞാതനായ കാമുകനുമായിട്ടായിരിക്കാം അവളുടെ സല്ലാപം. ജീവിതത്തിൽ ഒരിക്കലും അവർ പരസ്പരം കണ്ടുമുട്ടിയിട്ടുണ്ടാവില്ല. എങ്കിലും അവർ തമ്മിൽ മണിക്കൂറുകളോളം മധുരവർത്തമാനങ്ങൾ പറയുന്നു. ജീവിതത്തിന് എവിടെയും എപ്പോഴും എന്തൊരു സമാനത. ജീവിതത്തിന്റെ പുതിയ പന്ഥാവുകൾ തേടിയുള്ള മനുഷ്യന്റെ അലച്ചിൽ ഒരിക്കലും അവസാനിക്കുന്നില്ല.

ഞങ്ങൾ നബീലിന്റെ വീട്ടിലേക്കാണ് ചെന്നത്. കുളിയും ഭക്ഷണവും കഴിഞ്ഞ് നേരെ കിടക്കയിലമർന്നു. മയക്കത്തിൽ ഞാൻ ഏതോ സ്വപ്നത്തിന്റെ നിറം പിടിച്ച വർണ്ണങ്ങളിലേക്ക് എറിയപ്പെട്ടു. അവിടെ അപരിചിതരായ ഒരു സ്ത്രീയെയും പുരുഷനെയും ഞാൻ കണ്ടു. അനശ്വരവും ജീവസ്സുറ്റതുമായ തങ്ങളുടെ ഇഷ്ടങ്ങൾ പങ്കുവെക്കാതെ മാഞ്ഞുപോയവരായിരുന്നു അവർ. ദൈവത്തിന്റെ ശബ്ദത്തിൽ ഒരാൾ പ്രേമത്തെക്കുറിച്ച് നിർത്താതെ പാടിക്കൊണ്ടിരിക്കുന്നത് അവർ കേൾക്കുകയാണ്. ആ ഗാനം നിലയ്ക്കാത്ത പ്രവാഹംപോലെ എന്റെ അകത്തേക്കും ഒഴുകിക്കൊണ്ടിരുന്നു.

9

അടിയന്തരാവസ്ഥ

'ഹൃദയത്തിന്റെ നയനങ്ങൾകൊണ്ട്
ഞാനെന്റെ നാഥനെ കണ്ടു
നീ ആരാണ്; ഞാൻ ചോദിച്ചു
ഞാൻ നീ തന്നെ; അവൻ പറഞ്ഞു
ഒരു സുഹൃത്തിനാൽ എറിയപ്പെടുന്ന
ഒരു പനിനീർപ്പൂവാണ് നീ
അത് എറിയപ്പെടുന്ന
കല്ലുകളേക്കാൾ വേദനാജനകം
ഓ, മനുഷ്യരേ, എന്നെ
ദൈവത്തിൽനിന്നും രക്ഷപ്പെടുത്തൂ
അവൻ എന്നെ എന്നിൽനിന്നും
കവർന്നെടുത്തിരിക്കുന്നു'

മഹാനായ സൂഫിവര്യൻ ഹല്ലാജിന്റെ കവിത വായിക്കുകയായിരുന്നു ഞാൻ. പുസ്തകം അടച്ചുവച്ച് ഞാൻ ആലോചനയിൽ മുഴുകി.

ജനിച്ചുവളർന്ന ദേശത്തെക്കുറിച്ചായി ആലോചന. അതിനുവന്നുപെട്ട വിപര്യയങ്ങൾ... അതേല്പിച്ച മുറിവുകളും വേദനകളും... അതിനുള്ള രാഷ്ട്രീയ പരിഹാരങ്ങൾ... അതിലൊക്കെ ഞാൻ എവിടെയായിരുന്നു? എന്തായിരുന്നു എന്റെ പങ്കാളിത്തം? ആരോടായിരുന്നു എന്റെ അനുഭാവം? സ്വയമറിഞ്ഞോ അല്ലാതെയോ ഞാനും അതിലൊക്കെ ചെറുതെങ്കിലും എന്റേതായ അടയാളങ്ങൾ പതിപ്പിച്ചിട്ടുണ്ടെന്നാണ് വിശ്വാസം.

ജൂൺമാസത്തിലെ അവസാനത്തെ ആഴ്ച. തലേന്നു പെയ്ത മഴയിൽ ഭൂമി നന്നേ കുളിർത്തിരുന്നു. അന്തരീക്ഷത്തിൽ മഴമേഘങ്ങൾ ഘനീഭവിച്ചുകിടന്നു. വൈകുന്നേരത്ത്, ഞങ്ങൾ ദേശക്കാർ പതിവു

പോലെ റേഡിയോ കേൾക്കാനും മറ്റും ഗ്രാമത്തിലെ പീടികത്തെരുവി ലെത്തിയതായിരുന്നു. അപ്പോഴാണ് നാടിനെ നടുക്കിയ ആ വാർത്ത പുറത്തുവന്നത്. രാജ്യത്ത് അടിയന്തരാവസ്ഥ പ്രഖ്യാപിച്ചു.

ഇന്ത്യയിലെ ജനങ്ങളെ സംബന്ധിച്ചിടത്തോളം കറുത്ത ദിനമായി രുന്നു അതെന്ന് വെളിപ്പെടാൻ അധികം വൈകേണ്ടിവന്നില്ല. പ്രധാന മന്ത്രി ഇന്ദിരാഗാന്ധി നടത്തിയത് രാജ്യത്തെ എല്ലാ ജനാധിപത്യ അവ കാശങ്ങളുടെയും കടയ്ക്ക് കത്തി വയ്ക്കുന്ന പ്രഖ്യാപനമായിരുന്നു. എല്ലാ പൗരാവകാശങ്ങളും റദ്ദാക്കിക്കൊണ്ട് ആരെയും കാരണമില്ലാതെ അറസ്റ്റുചെയ്ത് കരുതൽ തടങ്കലിൽ വയ്ക്കാനുള്ള അധികാരമായിരുന്നു അവർ പ്രയോഗിച്ചത്. അതിൽ പ്രതിഷേധിച്ചുകൊണ്ട് അന്ന് വൈകുന്നേരം ഞങ്ങളുടെ തെരുവിൽ പ്രകടനവും പൊതുയോഗവും നടന്നു. പ്രകടന ത്തിൽ പ്രതിപക്ഷത്തുള്ള എല്ലാ രാഷ്ട്രീയ പ്രവർത്തകരും അണിനിര ന്നു. എനിക്ക് വയസ്സ് ഇരുപത്. സ്കൂൾ വിദ്യാഭ്യാസത്തിനുശേഷം വെറുതെ കഴിയുന്നകാലം. എല്ലാവരുടെയും കൂടെ ഞാനും അതിൽ പങ്കു കൊണ്ടു. ഇടതുപക്ഷ ആഭിമുഖ്യമുള്ള എന്റെ മനസ്സിൽ അന്നത്തെ പ്രതി ഷേധങ്ങളും പ്രസംഗങ്ങളും ചെറുതല്ലാത്ത സ്വാധീനമാണ് ചെലുത്തി യത്.

അന്ന് വൈകുന്നേരം നടന്ന പൊതുയോഗത്തിൽ ദേശീയ പ്രതിപക്ഷ പാർട്ടികളുടെ പ്രാദേശിക പ്രതിനിധികൾ സംസാരിച്ചിരുന്നു. കമ്യൂണിസ്റ്റ് പാർട്ടി ഓഫ് ഇന്ത്യ മാർക്സിസ്റ്റിനെ പ്രതിനിധീകരിച്ച് സംസാരിച്ചത് ഞങ്ങളുടെ നാട്ടുകാരനും പാർട്ടി ബ്രാഞ്ച് സെക്രട്ടറിയുമായിരുന്ന സ. കൊയക്കാടൻ കൃഷ്ണൻ നമ്പ്യാരായിരുന്നു. ആ പ്രസംഗമാണ് എന്നെ ഏറ്റവും ആകർഷിച്ചത്. മറ്റ് രാഷ്ട്രീയ പാർട്ടിപ്രതിനിധികൾ സ്വാതന്ത്ര്യ ത്തെക്കുറിച്ചും ജനങ്ങളുടെ അവകാശങ്ങളെക്കുറിച്ചും പറഞ്ഞപ്പോൾ സഖാവ് കൊയക്കാടൻ സംസാരിച്ചത് ഒരു ജനാധിപത്യ സമൂഹത്തിൽ എങ്ങനെയാണ് ഫാസിസം കടന്നുവരുന്നത് എന്നതിനെക്കുറിച്ചായിരുന്നു. ബൂർഷ്വാ വർഗ്ഗരാഷ്ട്രീയക്കാർ അധികാരം നഷ്ടപ്പെടുമ്പോൾ അവരുടെ ജനാധിപത്യ പൊയ്മുഖം വലിച്ചെറിഞ്ഞ് ഏകാധിപത്യത്തിലേക്കും ഫാസിസത്തിലേക്കും നീങ്ങിയതിന്റെ ലോകാനുഭവങ്ങൾ അദ്ദേഹം വിശ ദീകരിച്ചു. അദ്ദേഹത്തിന്റെ പ്രസംഗത്തിൽ ഇറ്റലിയിലെ മുസ്സോളിനിയും ജർമ്മനിയിലെ ഹിറ്റ്ലറും അവരുടെ ഫാസിസ്റ്റ് ക്രൂരതകളും എന്തെന്ന് വെളിവാക്കപ്പെട്ടു.

ഞങ്ങളുടെ ഗ്രാമത്തിൽ കോൺഗ്രസ് പ്രവർത്തകരും ഗുണ്ടകളും പൊലീസും ചേർന്ന് ഭീതിജനകമായ അന്തരീക്ഷം സൃഷ്ടിച്ചു. ഒട്ടേറെ രാഷ്ട്രീയപ്രവർത്തകർ ജയിലിലായി. എനിക്ക് ഒരാഴ്ചയോളം നാട്ടിൽ നിന്ന് മാറിനില്ക്കേണ്ടിവന്നു. എന്റെ രാഷ്ട്രീയ പ്രവർത്തനങ്ങളുടെ പശ്ചാത്തലം രൂപപ്പെടുന്നത് ഇങ്ങനെയാണ്. പിന്നീട് അടിയന്തരാവസ്ഥക്കെ തിരായി നടന്ന രഹസ്യവും പരസ്യവുമായ എല്ലാ പ്രവർത്തനങ്ങളിലും ഞാനും സജീവമായിരുന്നു. ഒരു കമ്യൂണിസ്റ്റ് അനുഭാവി കുടുംബത്തിൽ

നിന്നും കമ്യൂണിസ്റ്റ് പ്രവർത്തകനിലേക്കുള്ള ദൂരം എനിക്ക് ഏറെ അകലെയായിരുന്നില്ല എന്നതാണ് സത്യം. അടിയന്തരാവസ്ഥാ പ്രഖ്യാപനം എനിക്ക് കമ്യൂണിസ്റ്റ് പാർട്ടിയുമായുള്ള ബന്ധം അരക്കിട്ടുറപ്പിക്കാൻ കാരണമായി. രാഷ്ട്രീയമായി സ്വയം പാകപ്പെടുന്നതിനുള്ള വാദപ്രതിവാദങ്ങളും ആശയവിനിമയങ്ങളും ഞാൻ തുടർന്നു. അതിൽ ഏറ്റവും സഹായിച്ചത് സമശീർഷനല്ലെങ്കിലും പ്രിയ സുഹൃത്തും സഖാവുമായ കെ എൻ കാദർ ആയിരുന്നു. അദ്ദേഹം എന്നിലെ ആശയദൃഢതയ്ക്കും കർമ്മോത്സുകതയ്ക്കും അടിത്തറയിട്ടു.

കമ്യൂണിസ്റ്റ് പാർട്ടിയിൽ സജീവമായപ്പോൾ മുസ്ലീം സുഹൃത്തുക്കൾ സ്ഥിരം ചോദിക്കുന്ന ഒരു ചോദ്യവുമുണ്ടായിരുന്നു. ഒരു വിശ്വാസിക്ക് എങ്ങനെയാണ് കമ്യൂണിസ്റ്റാകാൻ കഴിയുക? വിശ്വാസിയായിരുന്ന എന്റെ മനസ്സിൽ സംഘർഷങ്ങൾ ഉടലെടുത്തു. കമ്യൂണിസവും വിശ്വാസവും തമ്മിലായിരുന്നു അത്. ഞാൻ ചിന്തിച്ചുകൊണ്ടിരുന്നു; ഒരു വിശ്വാസിക്ക് കമ്യൂണിസ്റ്റാകാൻ കഴിയുമോ? ഇവർ പറയുന്നതിൽ വല്ല കാര്യവുമു

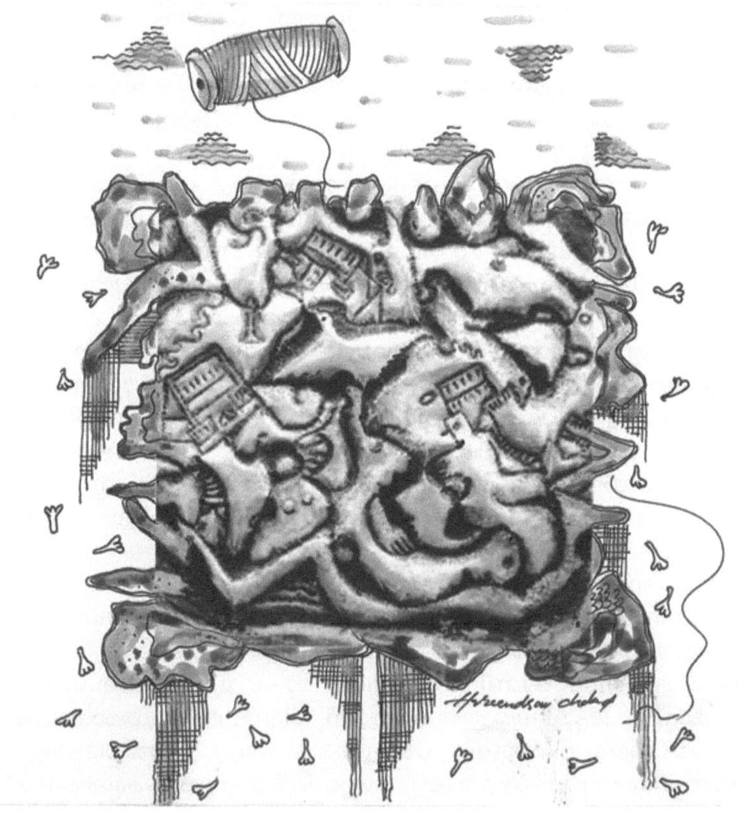

ണ്ടോ? അത് മനസ്സിലാക്കിയിട്ടുതന്നെ മറ്റ് കാര്യങ്ങൾ എന്ന് ഞാൻ തീർച്ചപ്പെടുത്തി. പുസ്തകങ്ങൾ ഉറക്കമിളച്ചു പഠിക്കാൻ തുടങ്ങി. മതഗ്രന്ഥങ്ങൾ, രാഷ്ട്രീയ പ്രസംഗങ്ങൾ, കമ്യൂണിസ്റ്റ് പാർട്ടി ഗ്രന്ഥങ്ങൾ... വായനയും പഠനവും എന്നെ കൊണ്ടുചെന്നെത്തിച്ചത് ഒരു പുതിയ പാതയിലേക്കാണ്. സാഹോദര്യത്തിന്റെയും സഹജീവി സ്നേഹത്തിന്റെയും വിശാലമായ ഒരു പന്ഥാവാണ് എനിക്കപ്പോൾ തുറന്നുകിട്ടിയത്. അവിടെ ജാതിയുടെ മതിൽക്കെട്ടില്ലായിരുന്നു. മതത്തിന്റെ സ്വർഗ്ഗനരകങ്ങളില്ലായിരുന്നു. ആകെ ഉണ്ടായിരുന്നത് ഉദാത്തമായ മനുഷ്യസ്നേഹം മാത്രം. അതോടെ സാമൂഹ്യ പരിഷ്കരണങ്ങളുടെ സ്പഷ്ടമായ കാഴ്ചപ്പാടുകൾ എന്നിൽ രൂപപ്പെട്ടു.

അടിയന്തരാവസ്ഥ പിൻവലിക്കുന്നതിന് കുറച്ചുമുമ്പ് സ. എ കെ ജി ഞങ്ങളുടെ ഗ്രാമം സന്ദർശിച്ചു. പ്രായമുള്ളവർപോലും അവശതകൾ വകവെക്കാതെ സ്വന്തം പുത്രനെപ്പോലെ സഖാവിനെ ഗ്രാമത്തിലേക്ക് ആനയിക്കുന്ന കാഴ്ച ഹൃദയം ത്രസിപ്പിക്കുന്നതായിരുന്നു. എ കെ ജിയുടെ സന്ദർശനത്തിനുശേഷം ഗ്രാമത്തിൽ ജീവിക്കാൻ വേണ്ടിയുള്ള പോരാട്ടത്തിൽ കൂടുതൽ ജനങ്ങൾ അണിനിരന്നുതുടങ്ങി. ദുഷ്ടശക്തികൾ മാളത്തിൽ ഒളിച്ചു. പകരം സ്വാതന്ത്ര്യത്തിന്റെ ശക്തികൾ മുന്നേറിക്കൊണ്ടിരുന്നു. അടിയന്തരാവസ്ഥ അറബിക്കടലിൽ എന്ന മുദ്രാവാക്യം സാക്ഷാൽക്കരിക്കപ്പെടുന്നതായി എല്ലാവർക്കും തോന്നിത്തുടങ്ങി. ഗ്രാമവും നഗരവും ഉണർന്ന് അടിയന്തരാവസ്ഥയ്ക്കെതിരെയുള്ള പോരാട്ടം ശക്തിപ്പെട്ടു. എങ്ങും അക്രമങ്ങളും ഗുണ്ടാവിളയാട്ടങ്ങളും നടമാടി. ദേശത്തെ പാർട്ടിപ്രവർത്തകരായ സ. കുഞ്ഞമ്മൻ, പി വി ബാലകൃഷ്ണൻ എന്നിവർക്ക് ക്രൂരമായ മർദ്ദനമേറ്റു.

'സോഷ്യലിസത്തിന്റെ വീഥിയിലൂടെ തേര് തെളിക്കും നേതാവേ അധികാരത്തിൽ തുടരുക, തുടരുക, അവശജനങ്ങളെ രക്ഷിക്കാൻ.' ഈ മുദ്രാവാക്യം ആലേഖനം ചെയ്ത വർണ്ണപോസ്റ്ററുകൾ ഇന്ദിരാഗാന്ധിയുടെ പടവുമായി നാട്ടിലെങ്ങും പ്രത്യക്ഷപ്പെട്ടു. രാജ്യം സമാധാന അന്തരീക്ഷത്തിലേക്കു തിരിച്ചുവന്നതായി ഭരണാധികാരികൾ പ്രവചിച്ചുകൊണ്ടിരുന്നു. എങ്ങും ശാന്തത. ഭരണ നിർവ്വഹണങ്ങൾ മാത്രം നടന്നുവന്നു. ജനങ്ങളുടെ മനസ്സിനുള്ളിൽ അഗ്നിപർവ്വതം പുകയുകയായിരുന്നു. ഈ കാര്യങ്ങൾ ഭരണാധികാരികൾ അറിഞ്ഞില്ല. പുറത്തെങ്ങും സമാധാനം കളിയാടി. രാജ്യം അച്ചടക്കത്തിന്റെ പാതയിലെന്ന് ഭരണാധികാരികൾ വിളംബരം ചെയ്തു.

വർഷം ഒന്നു കടന്നുപോയി. അന്നത്തെ പ്രതിപക്ഷ രാഷ്ട്രീയ നേതാക്കളിൽ ഏറെപ്പേരും ജയിലിലടയ്ക്കപ്പെട്ടിരുന്നു. രാജ്യത്ത് ഇപ്പോൾ സമാധാനമാണെന്നും ഈ സന്ദർഭത്തിൽ ഒരു തിരഞ്ഞെടുപ്പ് നടത്തിയാൽ അധികാരത്തിൽ വരാമെന്നും ഇന്ദിരാഗാന്ധിയും സംഘവും കണക്കുകൂട്ടി. ഇതേത്തുടർന്ന് അടിയന്തരാവസ്ഥയിൽ ഇളവുകൾ പ്രഖ്യാപിക്കപ്പെട്ടു. തിരഞ്ഞെടുപ്പിനുശേഷം അടിയന്തരാവസ്ഥ പൂർണ്ണമായും പിൻവ

ലിക്കുമെന്ന് ജനങ്ങൾക്ക് ഉറപ്പു നല്കി. അടിയന്തരാവസ്ഥയിൽ അയവു വരുത്തിയശേഷം തിരഞ്ഞെടുപ്പ് പ്രഖ്യാപിച്ചു. ആ തിരഞ്ഞെടുപ്പിൽ ഇന്ദിരാഗാന്ധി നയിക്കുന്ന കോൺഗ്രസ് അമ്പേ പരാജയപ്പെട്ടു.

കേരളത്തിൽനിന്നും ഗൾഫിലേക്കുള്ള കുടിയേറ്റം വർദ്ധിച്ചുവന്ന സമയമായിരുന്നു അത്. അന്നത്തെ ചെറുപ്പക്കാരുടെ സ്വപ്നം എങ്ങനെയെങ്കിലും ഗൾഫിൽ എത്തുക എന്നതായിരുന്നു. ഗൾഫ് രാജ്യങ്ങളിൽ അടിസ്ഥാനസൗകര്യങ്ങൾ വർദ്ധിപ്പിക്കുന്ന നിർമ്മാണ പ്രവർത്തനങ്ങൾ വ്യാപകമായി നടക്കുന്ന കാലമായിരുന്നു അത്. ദിനംപ്രതിയെന്നോണം ചെറുപ്പക്കാർ ഗൾഫിലേക്ക് പറന്നു. ഞാനും പുതിയ ജീവിതപന്ഥാവുകൾ അന്വേഷിക്കുകയായിരുന്നു. ജോലി തേടി ഗൾഫിലെത്തിച്ചേരണമെന്ന് അതിയായി ആഗ്രഹിച്ചു. ഒരു ഭാഗത്ത് പൊതുപ്രവർത്തനവും മറുഭാഗത്ത് ഗൾഫിൽ എത്തിപ്പെടാനുള്ള അഭിവാഞ്ഛയും ഒടുവിൽ ഗൾഫിലേക്ക് യാത്രയായി.

ഗൾഫിലെ ജീവിതം പുതിയ അനുഭവങ്ങളാണ് സമ്മാനിച്ചത്. ഒരു വർഷത്തോളം പലതരം ജോലികൾ ചെയ്തുള്ള അലച്ചിൽ. അവസാനം സർക്കാരാപ്പീസിൽ ജോലി. പിന്നെ ഗൾഫിലെ പൊതുപ്രവർത്തനങ്ങളുമായി ജീവിതം വീണ്ടും സജീവമാകുന്നു. വർഷങ്ങൾ സജീവമാകുന്നു. വർഷങ്ങൾ കടന്നുപോയി നാടകം, പ്രസംഗം, വായനശാല... ജീവിതം പൂത്തുലഞ്ഞു. നാടകക്കൊയ്ത്തുകാർ ഗൾഫിലും കുടിയേറി.

വർഷങ്ങൾക്കുശേഷമാണ് നാടകവുമായി ബന്ധപ്പെട്ട് ഷാർജയിൽ ആ സംഭവം നടക്കുന്നത്. ഷാർജ ഇന്ത്യൻ അസോസിയേഷൻ നാടക മത്സരത്തിൽ വയലാ വാസുദേവൻ പിള്ളയുടെ *ശവംതീനി ഉറുമ്പുകൾ* എന്ന നാടകം അവതരിപ്പിക്കപ്പെടുന്നതോടെയാണ് പ്രശ്നങ്ങളുടെ തുടക്കം. അവതരണത്തിനുശേഷം നാടക പ്രവർത്തകർ അറസ്റ്റിലാവുകയും ജയിലിലടയ്ക്കപ്പെടുകയുംചെയ്യുന്നു ഇത്രമാത്രം പ്രശ്നങ്ങൾക്ക് നാടകമത്സരം കാരണമാവുമെന്ന് സംഘാടകരോ പ്രേക്ഷകരോ വിധികർത്താക്കളോ ഒരിക്കലും കരുതിയിരുന്നില്ല.

എല്ലാ വിഭാഗീയ സംഘർഷങ്ങളെയുംപോലെ ഇതും വളരെ ആസൂത്രിതവും ഗൂഢലക്ഷ്യം വച്ചുകൊണ്ടുള്ളതുമായിരുന്നു എന്ന് പിന്നീടാണ് മനസ്സിലായത്. ഇത് ആസൂത്രണം ചെയ്ത ശക്തികളുടെ ലക്ഷ്യം താല്ക്കാലികമായി നിറവേറി. ഗൾഫ് മലയാളികൾക്കിടയിലെ നാടക കലാപ്രവർത്തനങ്ങൾ ഒരു പരിധിവരെ മന്ദീഭവിച്ചു. കലാപ്രവർത്തനങ്ങളെയും ജനാധിപത്യ സംരക്ഷണത്തിനുള്ള പ്രവർത്തനങ്ങളെയും എവിടെയും താല്ക്കാലികമായി തടയിടാനേ കഴിഞ്ഞിരുന്നുള്ളൂ എന്നതാണ് സത്യം. ഈ നാടക മത്സരവുമായി ബന്ധപ്പെട്ട കാര്യത്തിൽ ഷാർജയിലെ ഭരണാധികാരികൾ ഒരിക്കലും തെറ്റുകാരായിരുന്നില്ല. അവർക്ക് നാടക പ്രവർത്തനങ്ങളുടെ നിരോധനം ഒരു ആശയമേ ആയിരുന്നില്ല. യു എ ഇയിൽ അറബികളുടെ ഇടയിൽ ഏറ്റവും നല്ല രീതിയിൽ നാടക പ്രവർത്തനങ്ങൾ നടന്നുവന്നതും ഷാർജയിലാണു താനും.

ഷാർജയിലെ നാടക നിരോധനത്തിൽ ഇന്ത്യൻ സമൂഹത്തിലെ ചില ഛിദ്രശക്തികൾതന്നെയാണ് മുഖ്യ പങ്കുവഹിച്ചത് എന്നത് തർക്കമറ്റ കാര്യമാണ്. ഇന്ത്യൻ അസോസിയേഷനിലെ അധികാരവുമായി ബന്ധപ്പെട്ട ഗ്രൂപ്പ് വഴക്കാണ് പ്രശ്നങ്ങളുടെ അടിസ്ഥാന കാരണമായി വന്നുഭവിച്ചത്. നമ്മുടെ നാട്ടിലെ ചീഞ്ഞളിഞ്ഞ ഗ്രൂപ്പ് രാഷ്ട്രീയവും തർക്കങ്ങളും വർഗ്ഗീയ വിഭാഗീയ പ്രവർത്തനങ്ങളുമാണ് ഇതിനൊക്കെ വളംവച്ചത്. ഷാർജയിൽ നടന്ന കാര്യങ്ങൾ പൊതുവെ യു എ ഇയിലെ പൊതുപ്രവർത്തനരംഗം തന്നെ നിശ്ചലമാക്കാൻ കാരണമായി. ഇത് അഞ്ചുവർഷത്തോളം നിലനിന്നു. പൂർവ്വസ്ഥിതിയിൽ നാടകകലാ സാംസ്കാരിക പ്രവർത്തനങ്ങൾ തിരിച്ചു വരുന്ന കാഴ്ചയാണ് പിന്നീട് കാണാൻ കഴിഞ്ഞത്. ഇതുമായി ബന്ധപ്പെട്ട് ഷാർജ ജയിലിൽ അകപ്പെട്ടവർ നിരപരാധികൾ ആയിരുന്നു. യു എ ഇയിലെ പൊതുപ്രവർത്തകരുടെ മനസ്സിൽ ഒരിക്കലും ഉണങ്ങാത്ത മുറിവായി ആ സംഭവം മാറി.

അബുദാബിയിൽ സംഘവേദി അവതരിപ്പിക്കാൻ ശ്രമിച്ച ജി ശങ്കരപ്പിള്ളയുടെ *കറുത്ത ദൈവത്തെ തേടി* എന്ന നാടകത്തിന്റെ നിരോധനത്തിനു പിന്നിലും ഇതേ ഗൂഢശക്തികൾ തന്നെയായിരുന്നു പ്രവർത്തിച്ചത് എന്ന് മലയാളി സമൂഹത്തിന് അറിവുള്ള കാര്യമാണ്. ഇത്തരം സംഭവങ്ങൾ പൊതുവെ ഇന്ത്യൻ സമൂഹത്തിന്, പ്രത്യേകിച്ച് കേരളീയർക്കും ദോഷമല്ലാതെ ഒരു ഗുണവും ചെയ്തില്ലെന്ന് തീർത്തുപറയാൻ കഴിയും. കാർമേഘങ്ങൾ നീങ്ങി. ഷാർജയിലും അബുദാബിയിലും നാടകപ്രവർത്തനവും കലാപ്രവർത്തനവും അതോടെ സജീവമായി.

നാടക കലാപ്രസ്ഥാനത്തോടുള്ള മലയാളി സമൂഹത്തിന്റെ അടങ്ങാത്ത വാഞ്ഛ പുറത്തുവന്നുതുടങ്ങി. *കുഞ്ചൻ നമ്പ്യാർ* എന്ന നാടക അവതരണത്തിലൂടെ ശക്തി തിയേറ്റേഴ്സ് പോലുള്ള സംഘടനകൾ രംഗത്തു വന്നു.

എന്ത് ക്രൂരതയും ചെയ്യാൻ മടിക്കാത്തവർ ഈ രംഗത്ത് പിന്നെയുമുണ്ടായെങ്കിലും വലിയ സംഘർഷങ്ങളോ പ്രശ്നങ്ങളോ ഉണ്ടായില്ല. കാളിമമായ ഒരു പൂർവ്വകാലത്തിൽനിന്നും മൃദുലവും ഊഷ്മളവുമായ പുതിയ കാലത്തിലേക്ക് പൊതുജീവിതം പതുക്കെ നീങ്ങിത്തുടങ്ങി.

മരുഭൂമിയിൽ പല ഋതുക്കളും കടന്നുപോയി. അമിതോഷ്ണവും നീണ്ട കുളിർകാലവുമായി ഭൂത-വർത്തമാനങ്ങൾ എന്റെ ഓർമ്മകളെ അലോസരപ്പെടുത്തിത്തുടങ്ങി. അബുദാബിയിൽ പത്നിയോടൊത്ത് കഴിയുന്ന കാലം. കൂടുതൽ സമയം പൊതുപ്രവർത്തനത്തിനുവേണ്ടി നീക്കിവയ്ക്കുന്നതിന് സാധിച്ചു. അപ്പോഴാണ് എന്നിലെ എഴുത്തുകാരൻ ഇടയ്ക്കിടെ തലനീട്ടിയത്.

'ഉണരുമ്പോൾ നിങ്ങളുടെ ഇച്ഛകൾ
സ്വാതന്ത്ര്യങ്ങളായിരിക്കും
തെളിവിനായ് ഈ നാളം
തുടുത്തിരിക്കും

ഇനി ദേവാലയത്തിലെ മണി
മൂന്നുപ്രവശ്യം
മുഴങ്ങുന്നതുവരെ
കാത്തുകിടക്കാതെ
സമയം അടുത്തുവരുന്നു'

ഈ കവിതാ ശകലങ്ങൾ എൻ എൻ കക്കാടിന്റേതാണ്. കവിത ചിലപ്പോഴൊക്കെ മേഘമോ ആകാശം തന്നെയോ ആയി നമ്മുടെ മുന്നിൽ തെളിയും. സ്വാതന്ത്ര്യത്തിന്റെ ഒരു വിശാല പ്രപഞ്ചമാണ് ആകാശം. ഓർമ്മകളെ നമുക്ക് അവിടെ മേയാൻ വിടുക. അടിയന്തരാവസ്ഥയും നാടകനിരോധനവും കവിതയും നോവലും ജീവിതത്തിൽ അനന്തമായ ആഘോഷം പോലെ നീണ്ടുപരന്നു കിടക്കുന്നു. അതിലെവിടെയോ ചില പ്പോൾ ഞാൻ അലിഞ്ഞുപോകുന്നു. നീല കലർന്ന ചുവപ്പുരാശിയായി, മറ്റ് ചിലപ്പോൾ കടും മഞ്ഞനിറമായി. ഒന്നിനും സ്ഥായിയായ നിലയി ല്ലെന്ന് ഞാൻ തിരിച്ചറിയുന്നു; ആകാശത്തിലെ വർണ്ണങ്ങൾപോലെ. സ്വാതന്ത്ര്യം; അത് അതിരുകളില്ലാത്ത നീലവാനം പോലെയാണ്.

10

കാലദേശങ്ങൾ നെയ്തെടുത്ത ജീവിതം

നൂറ്റാണ്ടുകൾക്കുമുമ്പ് രാജാവിനും പ്രജകൾക്കും ആവശ്യമായ വസ്ത്രങ്ങൾ നെയ്തുണ്ടാക്കുന്നതിന് അന്യദേശങ്ങളിൽനിന്നും ആളുകളെ കൂട്ടംകൂട്ടമായി കൊണ്ടുവന്ന് താമസിപ്പിക്കുമായിരുന്നു. അത്തരത്തിൽ ആളുകളെ കുടിയിരുത്തിയ പ്രദേശമായിരുന്നു കണ്ണാടിപ്പറമ്പെന്ന ഞങ്ങളുടെ ദേശം. പണ്ട് നാട്ടിലെ പ്രാഥമിക വിദ്യാഭ്യാസം കഴിഞ്ഞ ചെറുപ്പക്കാരെ മൂന്നുതരം ജോലിസാദ്ധ്യതകൾ കാത്തിരുന്നു. കാർഷിക അനുബന്ധ ജോലികൾ, തുണിനെയ്ത്ത്, ബീഡിതെറുപ്പ്. ഞങ്ങളുടെ ചെറുപ്പകാലത്ത് ഈ പാരമ്പര്യ തൊഴിൽമേഖലകളെല്ലാം വളരെ സജീവമായിരുന്നു. അക്കാലത്ത് തെരുവുകൾ തൊഴിലാളികളെക്കൊണ്ട് നിറയുമായിരുന്നു. തെക്കേയറ്റത്തുള്ള ചെറിയ ടൗണിലാണ് എല്ലാവരും വന്നു നിറയുക. മിക്ക ദിവസങ്ങളിലും ഏതെങ്കിലും രാഷ്ട്രീയ പാർട്ടിയുടെ പൊതുയോഗവുമുണ്ടാകും.

വിദ്യാഭ്യാസ കാലം കഴിഞ്ഞതോടെ ഒരു തൊഴിൽ അന്വേഷിച്ചു നടക്കാൻ തുടങ്ങി. ഇഷ്ടപ്പെട്ട തൊഴിൽ മേഖല തുണി നിർമ്മാണമായിരുന്നു. നെയ്ത്ത് തൊഴിലായി സ്വീകരിച്ചിട്ടുള്ള ചാലിയ കുടുംബങ്ങൾ കണ്ണാടിപ്പറമ്പിൽ കൂട്ടമായാണ് ജീവിച്ചുപോന്നത്. അവിടത്തെ ഒരു നെയ്ത്തു പണിശാലയിൽ ജോലിയിൽ ചേർന്നു. അങ്ങനെ ഇരുപതാമത്തെ വയസ്സിൽ കൈത്തറി നെയ്ത്തുകാരനായി. പുതിയതെരു, രാമതെരു, അഴീക്കോട് തെരു, പുഴാതിതെരു, കടലായിതെരു, കാഞ്ഞിരോട്തെരു തുടങ്ങിയ വടക്കേ മലബാറിലെ വിവിധ സ്ഥലങ്ങളിൽ അന്ന് ഇത്തരം ചാലിയത്തെരുവുകൾ സ്ഥാപിക്കപ്പെട്ടു. അതിൽ ഒന്നാണ് കണ്ണാടിപ്പറമ്പ് തെരു.

ഞാൻ നെയ്ത്തുജോലിയിൽ പ്രവേശിക്കുന്നത് കൈത്തറിയുടെ

സുവർണ്ണകാലത്താണ്. പാശ്ചാത്യരാജ്യങ്ങളിൽ, പ്രത്യേകിച്ച് ഓസ്ട്രേലിയ പോലുള്ള രാജ്യങ്ങളിൽ വലിയ ഡിമാന്റും വില്പന സാദ്ധ്യതയുള്ളതുമായ ക്രെയപ്പ് തുണിയായിരുന്നു വ്യാപകമായി ഇവിടെ ഉല്പാദിപ്പിച്ചിരുന്നത്. കണ്ണൂർ ജില്ലയായിരുന്നു അന്ന് ഏറ്റവും മുന്തിയ ക്രെയ്പ്പ് കയറ്റുമതി കേന്ദ്രം. വർഷങ്ങളോളം ഇവിടെനിന്നും ധാരാളം ഉല്പന്നങ്ങൾ കയറ്റുമതി ചെയ്തു. ഈ കാലയളവിൽ ഒട്ടനവധി ആളുകൾ തുണിനെയ്ത്തിന്റെ നടത്തിപ്പുകാരായി രംഗത്ത് വരികയും അവർ പെട്ടെന്ന് സമ്പന്നരായിത്തീരുകയും ചെയ്തു. എന്നാൽ രണ്ടറ്റവും കൂട്ടിമുട്ടിക്കാനാകാത്തവിധത്തിൽ വിഷമം നിറഞ്ഞതായിരുന്നു നെയ്ത്തുകാരായ തൊഴിലാളികളുടെ ജീവിതം.

നെയ്ത്തുജോലി ചെയ്യുന്നിടത്തെ സഹപ്രവർത്തകനായിരുന്നു നാരായണേട്ടൻ. നാരായണേട്ടൻ അവിടത്തെ കൂട്ടായിരുന്നു. തൊഴിലിനിടയിൽ ചായയ്ക്കും ഊണിനും ഒരുമിച്ചാണ് ഞങ്ങളിറങ്ങുന്നത്. ഏതൊരു നെയ്ത്തുതൊഴിലാളിയെയും പാലെ നാരായണേട്ടന്റെ ജീവിതവും പ്രയാസമേറിയതായിരുന്നു. പ്രയാസങ്ങൾക്കിടയിലും നല്ല ചിന്തയും പ്രവൃത്തിയും അദ്ദേഹത്തെ എന്നും പ്രസന്നചിത്തനാക്കി. നാരായണേട്ടൻ പല തമാശകളും കഥകളും പറയുമായിരുന്നു. അക്കൂട്ടത്തിൽ ഇടയ്ക്കൊക്കെ ആവർത്തിക്കുന്ന ഒരു പ്രണയകഥയുണ്ട്. അദ്ദേഹം സാക്ഷിയായ കഥയായിരുന്നു അത്. നാരായണേട്ടന്റെ കഥ കേട്ടുകേട്ട് അത് ഞങ്ങളുടെ എല്ലാവരുടെയും കഥയായിത്തീർന്നു. അതിലെ കഥാപാത്രങ്ങളായ സുലോചനയും രവിയും ഞങ്ങളോടൊപ്പം അടുത്തിടപഴകുന്നവരായി. ഊടും പാവും തികയാതെ പാതിവഴിയിൽ നിലച്ച ശീലപോലെയായിരുന്നു പ്രണയത്തിൽ നെയ്തെടുത്ത അവരുടെ ജീവിതം.

സാധാരണ ഇടത്തരം വീട്ടിലെ കുട്ടിയായിരുന്നു സുലോചന. അവൾ പ്രാഥമിക വിദ്യാഭ്യാസം കഴിഞ്ഞ് തൊഴിൽ തേടി നെയ്ത്തുശാലയിലേക്ക് വരികയും കൈത്തറിനെയ്ത്തിന്റെ അനുബന്ധ ജോലികൾ ചെയ്യുകയുമായിരുന്നു. യൗവനം പൂത്തുലഞ്ഞ ഇരുപതുകാരി. നെയ്ത്തുശാലയിലെ തൊഴിലാളിയായ രവിയുമായി അവൾ പ്രണയത്തിലായി. അയാൾ തന്റേടിയും അദ്ധ്വാനശീലനുമായിരുന്നു. അവരുടെ പ്രണയം നാൾക്കുനാൾ വളർന്നുവന്നു. വർഷങ്ങൾ കടന്നുപോയി. വീട്ടിലെ പ്രാരാബ്ധം വിവാഹത്തിനു തടസ്സമായി നിന്നു. നല്ല അവസരം വരാൻ അവർ ക്ഷമയോടെ കാത്തു. അപ്പോഴാണ് രവിക്ക് വേറൊരു ദേശത്ത് ജോലി ശരിയായത്. അയാൾക്ക് ജോലിക്ക് പോകാനുള്ള ദിവസത്തിന്റെ തലേന്നു രാത്രി അവർ ഒരുമിച്ചു. അത് അവരുടെ ആദ്യപ്രണയ സമാഗമമായിരുന്നു. രണ്ടു പുതിയ മനുഷ്യരായാണ് ശരീരത്തിലും ആത്മാവിലും ലയിച്ച് അവർ പിരിഞ്ഞത്.

സുലോചന രവിയെ സന്തോഷത്തോടെ യാത്രയയച്ചു. മറുനാട്ടിലെത്തിയ രവി ജോലിയിൽ പ്രവേശിച്ചു. മാസം രണ്ടു മൂന്നു കടന്നുപോയി. അയാൾ നാടുവിട്ടുപോയതിനുശേഷം അവളുടെ ശരീരത്തിൽ ചില മാറ്റങ്ങളുണ്ടായി. ഹൃദയമിടിപ്പ് കൂടിവന്നു. സുലോചന ആകെ പരിഭ്രാന്ത

യായി. രവിക്ക് കത്തെഴുതി. ജോലിയിൽനിന്നും അവധിയെടുത്ത് രവി നാട്ടിലേക്ക് കുതിച്ചു. അയാൾ ഏറെ വൈകിപ്പോയിരുന്നു. അവളുടെ ശരീരത്തിലെ പുതുജീവനെ അപ്പോഴേക്കും വീട്ടുകാർ നശിപ്പിച്ചു. അവസാനം അരുതാത്തത് സംഭവിച്ചു; മരണം സുലോചനയെ കീഴടക്കി. ദുഃഖവും വേദനയും രവിയെ ആശയറ്റവനാക്കി. ഒന്നും ചെയ്യാൻ കഴിയാതെ രവിക്ക് നാടുവിട്ട് പോകേണ്ടിവന്നു. പിന്നീട് ഒരിക്കലും അയാൾ

നാട്ടിലേക്ക് തിരിച്ചുവന്നില്ല. പ്രണയത്തിന്റെ വിലയായി എന്റെ കൺമുന്നിൽ ഒടുങ്ങിപ്പോയ രണ്ടുജീവിതങ്ങളാണവർ എന്ന് അനുഭവസാക്ഷ്യം പറഞ്ഞാണ് നാരായണേട്ടൻ കഥയ്ക്ക് വിരാമമിടുന്നത്.

ഞാൻ ആയിടയ്ക്കാണു മദിരാശിയിലേക്ക് വണ്ടികയറുന്നത്. അമ്മാവന് മദിരാശി പട്ടണത്തിന്റെ അടുത്ത് പല്ലവപുരം എന്ന സ്ഥലത്ത് വലിയൊരു റെസ്റ്റോറന്റ് ഉണ്ടായിരുന്നു. മുത്തച്ഛൻ തുടങ്ങിവച്ച സംരംഭമായിരുന്നു അത്. അദ്ദേഹത്തിന്റെ കാലശേഷം അമ്മാവനാണ് ആ സ്ഥാപനം നടത്തിവന്നത്. റെസ്റ്റോറന്റ് സ്ഥിതിചെയ്തിരുന്നത് മാർക്കറ്റിനടുത്തായിരുന്നു. നിറയെ ആളുകൾ എപ്പോഴും വന്നുംപോയുമിരുന്ന ഇടമായിരുന്നതുകൊണ്ട് നല്ല കച്ചവടമാണ്. അവിടെ ചെന്നപ്പോൾ പ്രായമുള്ള തമിഴന്മാർ എന്നെ നോക്കി പറഞ്ഞു. “തകപ്പനാരുടെ അതേ മുഞ്ച് പയ്യന് കിടച്ചത്. അതേ മൂക്ക്, അതേ കണ്ണ്. അരുമയാന പയ്യൻ.” എന്നിലൂടെ അവർ മുത്തച്ഛനെ കാണുകയായിരുന്നു. കച്ചവടത്തിൽ അത്ര നിപുണനൊന്നും ആയിരുന്നില്ല അമ്മാവൻ. കച്ചവടം ഒരുവക തരക്കേടില്ലാതെ നടന്നുവന്നത് മുത്തച്ഛൻ ബാക്കിയാക്കിപ്പോയ ഗുണങ്ങളുടെ ബലം കൊണ്ടും റെസ്റ്റോറന്റ് ഇരിക്കുന്ന സ്ഥലത്തിന്റെ പ്രത്യേകതകൊണ്ടുമാണ്.

റെസ്റ്റോറന്റ് നടത്തിപ്പിന് അമ്മാവനെ സഹായിക്കാനാണ് എന്നെ അങ്ങോട്ട് കൊണ്ടുപോയത്. തമിഴ് സംസാരവും എഴുത്തും വായനയും മൂന്നുമാസം കൊണ്ടുതന്നെ ഒരുവിധം പഠിച്ചെടുത്തു. റെസ്റ്റോറന്റിൽ പാൽ വിതരണക്കാരായ തമിഴന്മാർ പശുക്കളെയും എരുമകളെയും ഞങ്ങളുടെ സ്ഥാപനത്തിന്റെ മുന്നിൽ കൊണ്ടുവന്ന് കറന്നാണ് പാൽ അളന്നുതന്നത്. അതാണ് അവിടത്തെ സമ്പ്രദായം. ദിവസം പത്ത് പാൽക്കാർ രാവിലെയും വൈകുന്നേരങ്ങളിലും പശുക്കളെയും എരുമകളെയും കൊണ്ട് അവിടെ വരും. ഇതിൽ ഭരതൻ എന്ന പാൽക്കാരനും അയാളുടെ ഭാര്യ പൊന്നമ്മാളും മറക്കാൻ പറ്റാത്ത കഥാപാത്രങ്ങളാണ്.

ഭരതന് പ്രായം നാല്പതിനടുത്തുണ്ട്. ഭാര്യ പൊന്നമ്മാൾ പാൽപ്പാത്രം എടുക്കാനും പാലിന്റെ കാശ് വാങ്ങിക്കാനുമായി നാലുമണിയോടെ കടയിലെത്തും. പാൽ പാത്രവുമെടുത്ത് പൈസയും വാങ്ങി പോകുമ്പോൾ എന്നും അവർ ചോദിക്കും. “അവൾ വന്ത് പോയാച്ചാ?” മദിരാശിയിലെത്തി മൂന്നാം ദിവസം റെസ്റ്റോറന്റിൽ കണ്ടകാഴ്ച വളരെ തമാശ നിറഞ്ഞതായിരുന്നു. ഒരു തമിഴ് സ്ത്രീ കടയിൽവന്ന് നേരത്തെ ഇരുപ്പുറപ്പിച്ചിട്ടുണ്ട്. അവർ അമ്മാവനോട് എന്തൊക്കെയോ തമിഴിൽ പറഞ്ഞുകൊണ്ട് ചായയും പലഹാരങ്ങളും കഴിച്ചുകൊണ്ടിരിക്കുന്നു. അപ്പോഴാണ് പൊന്നമ്മാൾ അവിടേക്ക് കടന്നുവന്നത്. അവിടെ ഇരിക്കുന്ന സ്ത്രീയുമായി പൊന്നമ്മാൾ വർത്തമാനം തുടങ്ങി. അത് വൈകാതെ വഴക്കും വക്കാണവും തെറിവിളിയുമായി മാറി. കൈയാങ്കളിയിലേക്ക്

അടുത്തപ്പോൾ അമ്മാവൻ ഇടപെട്ടു. പിന്നെ രണ്ടുപേരും തളർന്ന് എന്തൊക്കെയോ പയ്യാരം പറഞ്ഞ് കരഞ്ഞ് പിൻവാങ്ങി. അതോടെ അന്നത്തെ നാടകം അവസാനിച്ചു. ആദ്യം അവിടെ ഇരുന്ന സ്ത്രീ പാൽക്കാരൻ ഭരതന്റെ ചിന്നവീട് ആയിരുന്നു.

ചീത്തയും നല്ലതുമായ വാക്കുകൾ വായിൽ നിറച്ചാണ് പൊന്നമ്മാൾ എന്നും കടന്നുവരുന്നത്. മഞ്ഞനിറത്തിലുള്ള ചേലചുറ്റി, മഞ്ഞൾ ചരട് കഴുത്തിലിട്ട്, മൂക്കിൽ രണ്ടുഭാഗത്തും വലുതായ മൂക്കുത്തിയണിഞ്ഞ്, കാതിൽ കമ്മലുകളുമിട്ട്, മുഖം നിറയെ മഞ്ഞൾ വാരിപൂശിയായിരിക്കും അവരുടെ വരവ്. വരുമ്പോൾത്തന്നെ പരിസരം ഒന്ന് കിടുങ്ങും. സംസാരിക്കുമ്പോൾ മൂക്ക് രണ്ടുഭാഗത്തും എഴുന്നു നില്ക്കും. വന്നപാടെ ചോദിക്കും. 'അന്ത ചക്കാളത്തി തേവിടിശ്ശി വന്തിരിക്കായാ' എന്ന്. പിന്നെ അമ്മാവനും അവിടത്തെ ജോലിക്കാരും ആഹാരം കഴിക്കാൻ വന്നവരും കേൾക്കെ ഉച്ചത്തിൽ പച്ചത്തെറിയുടെ പൂരമാണ്. ഉടലുകുലുക്കി, മാറിടം കുലുക്കി മൂക്ക് ചുവപ്പിച്ച് ഇടയ്ക്കിടെ കഴുത്തിലുള്ള മഞ്ഞച്ചരടിൽ തൊട്ട് ഭർത്താവിനെയും ചക്കാളത്തിയെയും തെറിയിൽ പൊതിയും. ആരും ഒന്നും എതിരു പറയില്ല. അഥവാ പറഞ്ഞാൽ പറഞ്ഞവരെ വിടുകയുമില്ല. ചേല കുത്തിക്കയറ്റി കുടഞ്ഞ് അവരുടെ നേരെയായിരിക്കും പിന്നെ പോര് തുടങ്ങുന്നത്. ഇടവിട്ടുനടക്കുന്ന ഈ ചവിട്ടുനാടകത്തിൽ ചില ദിവസങ്ങളിൽ അടികലശലുമുണ്ടാകും. പല തമിഴർക്കും ഭാര്യയെകൂടാതെ ചിന്ന വീടു കൂടിയുണ്ടാകുമെന്ന് ഞാൻ മനസ്സിലാക്കി. ചക്കാളത്തിയെന്നത് അവരുടെ നേരെയുള്ള അധിക്ഷേപ വാക്കാണ്. ഒരിക്കലും ശരിയായ ഭാര്യ ചക്കാളത്തിയെ അംഗീകരിക്കില്ല. ചക്കാളത്തി ശണ്ഠയ് എന്ന പ്രയോഗം തമിഴ് ജീവിതത്തിന്റെ ഭാഗമാണെന്ന് പില്ക്കാലത്താണ് മനസ്സിലാക്കിയത്.

പൊന്നമ്മാൾ സംഭവം പോലെ ഓർത്തിരിക്കുന്ന മറ്റൊന്ന് ശവഘോഷയാത്രയാണ്. തമിഴ് സിനിമകളിൽ പലതവണ ശവഘോഷയാത്ര കണ്ടിട്ടുണ്ടെങ്കിലും റെസ്റ്റോറന്റിനു പുറത്തുള്ള നിരത്തിൽനിന്നു കണ്ട ശവഘോഷയാത്ര ഇന്നും മനസ്സിൽ ഡ്രാമ സ്കോപ്പ് നാടകത്തിലെ ജീവനുള്ള രംഗങ്ങൾ പോലെ തെളിഞ്ഞുനില്പുണ്ട്. റോഡ് നിറഞ്ഞ് ജനക്കൂട്ടം. ചില്ലറ തുട്ടുകൾ ഒരാൾ വാരിയെറിയുന്നു. കുട്ടികൾ അത് പെറുക്കിയെടുക്കാൻ ശ്രമിക്കുന്നു. വാദ്യമേളങ്ങൾക്ക് അനുസരിച്ച് വിസിലടിയും ഡപ്പാൻകുത്ത് ഡാൻസും ചെയ്യുന്നവർ. മടക്കിക്കുത്തിയ ഉടുത്തതുണിക്ക് പുറത്ത് കാണുന്ന അവരുടെ വരയൻ ട്രൗസർ. ഡാൻസിനിടെ ചിലർ ഷർട്ടൂരി അകാശത്തേക്ക് വലിച്ചെറിയുന്നു. ഡാൻസിനും വാദ്യമേളക്കാർക്കും പിന്നിൽ അഞ്ചാറുപേർ ചുമക്കുന്ന മഞ്ചം. നിറയെ പൂക്കൾകൊണ്ട് മഞ്ചം അലങ്കരിച്ചിരുന്നു. അതിലൊരാൾ ഇരിക്കുന്നു. കറുപ്പും ചുവപ്പുമുള്ള വേഷ്ടി ചുറ്റി, വെളുത്ത ഷർട്ട് ധരിച്ച്, എം ജി ആർ

സ്റ്റൈലിൽ കറുത്ത കണ്ണട ധരിച്ചാണ് ഇരിപ്പ്. അയാൾക്ക് പിറകിൽ ഇനച്ചലുകാരായ സ്ത്രീകൾ മരിച്ചയാളിന്റെ മഹത്വം പാടി കരയുന്നുണ്ട്.

പല്ലവപുരത്തെ റെസ്റ്റോറന്റ് ജീവിതം ഹ്രസ്വകാലം മാത്രമായിരുന്നു. അത്രയും കാലം കൊണ്ട് തമിഴ് ജീവിതത്തെക്കുറിച്ച് വലുതായെന്നും പഠിക്കാനായില്ലെങ്കിലും അന്നവിടെ കണ്ട ആളുകളും മുഹൂർത്തങ്ങളും ഇപ്പോഴും മനസ്സിന്റെ അടിത്തട്ടിൽ പതിഞ്ഞുകിടപ്പുണ്ട്.

11

സോദോമിലെ പൂർവ്വികരും ഡമാസ്കസിലെ സുന്ദരിയും

ഷാർജ എമിറേറ്റ്സിൽ വന്നിറങ്ങിയതുതൊട്ട് നാട്ടിലെ കൂട്ടുകാരനായ ഹൈദറിന്റെ മുറിയിലാണ് ഞാൻ തങ്ങിയത്. അബുദാബിയിൽ ജോലി ചെയ്യുന്ന ജ്യേഷ്ഠൻ കൂട്ടിക്കൊണ്ടു പോകുന്നതുവരെയുള്ള താല്ക്കാലിക താമസമായിരുന്നു അവിടെ.

ഹൈദർ രാവിലെ അമ്മാവന്റെ കടയിലേക്ക് ജോലിക്കുപോകും. അപ്പോൾ ഞാൻ മുറിയിൽ ഒറ്റയ്ക്കാകും. അവൻ മടങ്ങിവരുന്നത് ഏകദേശം പതിനൊന്ന് മണിക്കാണ്. കുറെ മത്സ്യവും പലവ്യഞ്ജനങ്ങളുമായാണ് വരവ്. ഉച്ചയ്ക്ക് എന്നും വിഭവ സമൃദ്ധമായ ഊണായിരിക്കും. പതുക്കെ, മീൻ വൃത്തിയാക്കാനും ഭക്ഷണം പാകം ചെയ്യാനും പഠിച്ചു തുടങ്ങി. ഗൾഫ് ജീവിതത്തിലെ ആദ്യത്തെ വഴികാട്ടിയും പാചക ഗുരുവുമായി ഹൈദർ. ഒഴിവുവേളകളിൽ ഞങ്ങൾ കൗമാരകാല ജീവിതത്തിലെ സംഭവങ്ങൾ ഓർത്തെടുക്കും. ഉത്സവത്തിനും പെരുന്നാളിനും പോയ രാത്രികൾ, നാട്ടുമാവിൻ ചോട്ടിലെ മാമ്പഴക്കാലത്തിമിർപ്പുകൾ, കൂട്ടുകാരോടൊത്തുള്ള വില്ലത്തരങ്ങളും വഴക്കുകളും ഒന്നൊന്നായി ഞങ്ങളുടെ വർത്തമാനത്തിൽ ഇതൾവിരിയും. നാട്ടിലെ അത്തരം കഥകൾ ഓർത്തെടുത്ത് വള്ളിപുള്ളി തെറ്റാതെ വീണ്ടും പറയാനുള്ള കഴിവ് ഹൈദറിനായിരുന്നു.

പലദിവസങ്ങളിലും ഹൈദറിന്റെ കൂടെ കടയിൽ സഹായത്തിനായി ചെല്ലാറുണ്ടായിരുന്നു. ഒരു ദിവസം ഞങ്ങൾ കടയിൽ ഇരിക്കുമ്പോൾ പാശ്ചാത്യ രീതിയിൽ മുട്ടോളം എത്തുന്ന ഫ്രോക്ക് ധരിച്ച, മുഖത്ത് ചായം തേച്ച, വെളുത്തുതുടുത്ത് സുന്ദരിയായ ഒരു സ്ത്രീ അവിടേക്ക് വന്നു. വന്നപാടെ സുന്ദരി ഹൈദറിനോട് 'അസ്സലാമു അലൈക്കും' എന്നു പറഞ്ഞു. ഞാൻ അമ്പരന്നുപോയി. നമ്മുടെ നാട്ടിൽ ഇങ്ങനെ ഒരു സംഭവം

ഊഹിക്കാൻപോലും കഴിയില്ലായിരുന്നു കാരണം, താടിവച്ച് തലയിൽ വലിയ തലപ്പാവും വെള്ള വസ്ത്രവും ധരിച്ചയാളുകളാണ് നാട്ടിൽ ഇങ്ങനെ അസ്സലാമു അലൈക്കും എന്നുപറയുന്നത് കേട്ടിട്ടുള്ളത്. ഇവിടെ ഒരു സ്ത്രീ... അവർ ആവശ്യമുള്ള സാധനങ്ങൾ വാങ്ങി തിരിച്ചുപോയിട്ടും എന്റെ അമ്പരപ്പ് അതേപടി നിന്നു.

വീട്ടിലെത്തിയ ഹൈദർ കത്തികൊണ്ട് മത്സ്യത്തിന്റെ ചെതുമ്പൽ വളരെ ശ്രദ്ധാപൂർവ്വം, ധ്യാനത്തിലെന്നപോലെ വൃത്തിയാക്കുന്ന പണിയിൽ ഏർപ്പെട്ടിരിക്കുകയാണ്. ഞാൻ ഹൈദറിന്റെ മുഖത്തേക്കു സൂക്ഷിച്ചു നോക്കി. ആ നോട്ടത്തിന്റെ അർത്ഥം പിടികിട്ടാതെ ഹൈദർ മുഖമൊന്ന് മേലോട്ടുയർത്തി ആംഗ്യഭാഷയിൽ എന്തേ എന്ന ചോദ്യം എറിഞ്ഞു. കടയിൽ വന്നുപോയ വെളുത്ത സുന്ദരിയെക്കുറിച്ച് ഞാൻ ചോദിച്ചു. “നീ ഇപ്പോഴും അവളെ മനസ്സിൽ സൂക്ഷിക്കുകയാണോ?” അവന്റെ പ്രതികരണത്തിന് കല്ലുണ്ടായിരുന്നു. “നിനക്ക് എന്താണ് അവരെക്കുറിച്ച് അറിയേണ്ടത്.” എന്നായി അവൻ.

“അവർ ഒരു ലബ്നാനി മുസ്ലീം സ്ത്രീയാണ്. പേര് ലൈല. ഇവിടെയടുത്ത ലക്ഷറി വില്ലയിൽ താമസിക്കുന്നു. ഭർത്താവ് മാജിദ്. റോഡ് കോൺട്രാക്ടിങ് കമ്പനിയിൽ എഞ്ചിനീയറാണ്. രണ്ട് കുട്ടികൾ. മട്ടന്നൂരിലെ ഒരു ചെറുപ്പക്കാരനാണ് അവരുടെ വീട്ടിൽ അരിവയ്പ്പുകാരൻ. പേര് ബാലകൃഷ്ണൻ. അയാൾ ദിവസവും ആ ലബ്നീസ് കുടുംബത്തിനു വേണ്ടി വളരെ സ്വാദേറിയ ലബ്നീസ് മത്സ്യമാംസാഹാരങ്ങൾ വച്ചുവിളമ്പുന്നു. എന്താ ഇത്രയും പോരേ?” ഇനിയും ചോദിച്ചോ... പറയാം എന്ന ഭാവത്തിലാണ് ഹൈദർ അവസാനിപ്പിച്ചത്.

അബുദാബിയിലേക്ക് ജോലി ആവശ്യാർത്ഥം താമസം മാറ്റിയതോടെ ഞാൻ ഹൈദറിനെ കണ്ടുമുട്ടുക തന്നെ അപൂർവ്വമായി. അക്കാലത്ത് ഇടമുറിയാതെ കത്തുകൾ കൈമാറി സൗഹൃദവും സ്നേഹവും പുതുക്കിക്കൊണ്ടിരുന്നു. വാർഷിക ഒഴിവുകാലങ്ങളിൽ ഹൈദറിനെ തേടി ഞാൻ ഷാർജയിലെത്തും. അബുദാബി നഗരത്തെപ്പറ്റിയും ജോലി ചെയ്യുന്ന സ്ഥാപനത്തെക്കുറിച്ചും പുതിയ സഹപ്രവർത്തകരെക്കുറിച്ചും അറിയാൻ അവന് ഏറെ താല്പര്യമായിരുന്നു. അങ്ങനെയാണ് അബുദാബി എന്ന മഹാനഗരത്തിന്റെയും പുതിയ സഹപ്രവർത്തകരുടെയും കഥ അവനുമായി പങ്കുവച്ചത്.

എന്റെ ഓഫീസിൽ ജോലി ചെയ്യുന്ന ഈസയും ഉബൈദും ഒരേ ദേശക്കാരാണ്. എന്നാൽ അവരുടെ വംശവൃക്ഷം വേറെ ഏതോ നാട്ടിൽ പൊക്കിൾക്കൊടിയാൽ ബന്ധിതം. പക്ഷേ, സമാനത അവരുടെ ജീവിതശൈലിയിലാണ്. രണ്ടുപേരും അറബി ഭാഷ സംസാരിക്കുന്നവർ, ഒന്നിച്ചാണ് ഉണ്ണുന്നതും ഉറങ്ങുന്നതും. രണ്ട് പൂർണ്ണപുരുഷന്മാരായ അവർ ഇണകളായി കഴിയുന്നു. സാധാരണ അറബികൾ ധരിക്കാറുള്ള ളോഹപോലുള്ള വസ്ത്രമാണ് വേഷം. എങ്കിലും അവരുടെ ശരീരഭാഗം മറ്റുള്ളവർക്ക് ആസ്വദിക്കാൻ പാകത്തിൽ ഇടുങ്ങിയതും സ്ത്രീസമാനവുമാ

യാണ് സൂക്ഷിക്കുന്നത്. സദാനേരവും സ്ത്രീകളെപ്പോലെ മൃദുലവും സൗമ്യവുമായാണ് പെരുമാറുകയും സംസാരിക്കുകയും ചെയ്യുന്നത്. എപ്പോഴും കണ്ണുകൾ മയ്യെഴുതി കറുപ്പിച്ച് താടിരോമങ്ങൾ കളഞ്ഞ് മുഖത്ത് സ്ത്രീത്വം നിലനിർത്താനുള്ള തീവ്രശ്രമത്തിൽ ഏർപ്പെടുന്നു. ഉബൈദ് അത്ര സുന്ദരനൊന്നുമല്ല. പക്ഷേ, ഈസയെ കണ്ടാൽ സുന്ദരി യെപ്പോലിരിക്കും. ഇരുവരും അഗാധപ്രണയത്തിന്റെ ഉത്തുംഗശൃംഗത്തി ലാണ് വിഹരിക്കുന്നതെന്ന് അവരുടെ പെരുമാറ്റം വീക്ഷിക്കുന്ന ആർക്കും ബോദ്ധ്യപ്പെടും. അവർ സ്കൂളിൽ സഹപാഠികളായിരുന്നു. ഒന്നിച്ചു

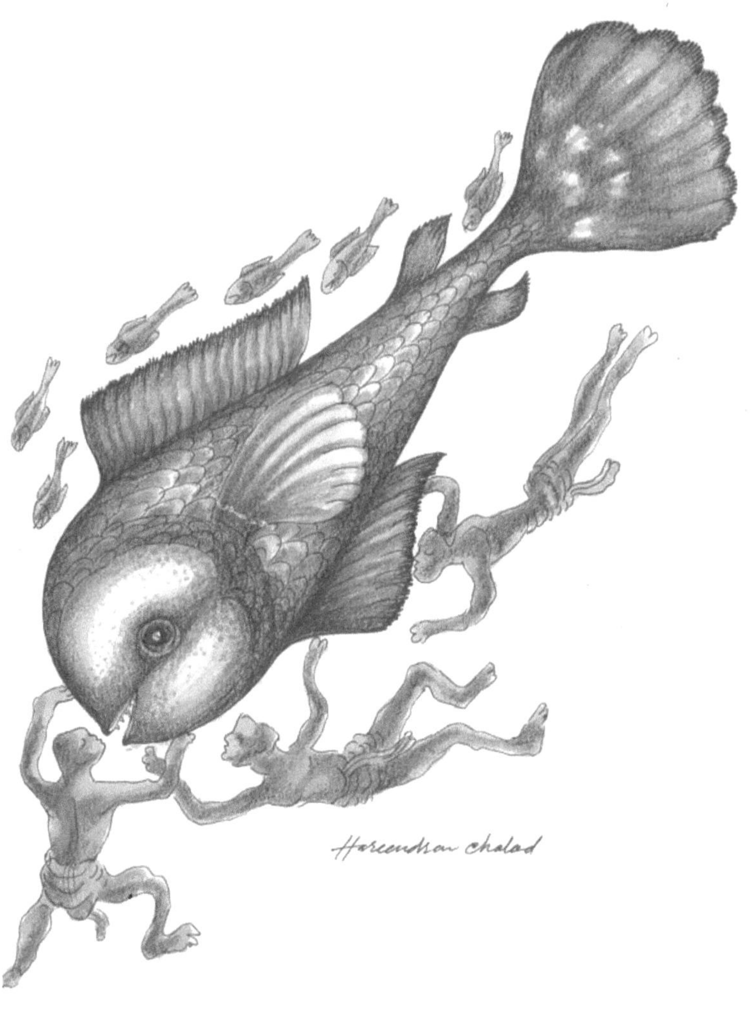

പഠിച്ചും കളിച്ചും ചിരിച്ചും വളർന്നു. അങ്ങനെ അവരുടെ ജീവിതത്തിൽ പ്രണയത്തിന്റെ തളിർനാമ്പ് മൊട്ടിട്ടു. പ്രായം കൂടുന്തോറും പ്രണയവും കൂടി. ഇപ്പോൾ യുവത്വം പിന്നിട്ടിട്ടും അത് അഭംഗുരം തുടരുന്നു.

ഇത്തരം ജീവിതത്തിന്റെ തുടക്കവും ചരിത്രവും അറേബ്യയിലെ സോദോം നഗരത്തിൽനിന്നും ഉത്ഭവിക്കുന്നു എന്നാണ് അറബികൾ വിശ്വസിക്കുന്നത്. പൂർണ്ണ സ്വവർഗ്ഗഭോഗികളായിരുന്നുവത്രേ ആ നഗരക്കാർ. അതുകൊണ്ട് സോദാം നഗരത്തെ ദൈവം തന്റെ ശാപത്താൽ കീഴ്മേൽമറിച്ചു എന്നാണ് വിശ്വാസം. ഉബൈദും ഈസയും സോദോമികളുടെ പിന്മുറക്കാർ. അറബികൾ ഇത്തരം സ്വഭാവക്കാരെ ലൂത്തികൾ എന്നു വിളിക്കുന്നു. ലൂത്ത് എന്ന പ്രവാചകന്റെ കാലത്താണത്രെ ഈ പ്രവണത സമൂഹത്തിൽ വളർന്നുവന്നത്. അതുകൊണ്ടാണ് മറ്റുള്ളവർ ഇവരെ ലൂത്തികൾ എന്നുവിളിക്കുന്നത്. സോദോം നഗരമുൾക്കൊള്ളുന്ന രാജ്യത്തെ ഭരണാധികാരിയായിരുന്നു ലൂത്ത്. ഈ പ്രവാചകന്റെ കാലത്താണ് ദൈവകോപത്താൽ സോദോം നഗരം നാമാവശേഷമായത്. ഈസയ്ക്ക് കുടുംബജീവിതം കൂടി ഉണ്ട്. ഉബൈദിന്റെ ജീവിതം ഇതു തന്നെ. ഈസയുടെ മറുജീവിതം പരാജയമായിരുന്നു. വിവാഹം കഴിഞ്ഞ സ്ത്രീ വിവാഹമോചനം നേടി വേറെപോയി. അതിൽ അയാൾക്ക് കുട്ടികളില്ല. ജീവിക്കാൻ ജോലിയും വരുമാനവുമുള്ള അയാൾ പാട്ടുകാരനും അറബി വാദ്യത്തിന്റെ വായനക്കാരനുമാണ്. അയാൾ ധാരാളം സംഗീത സദസ്സുകളിൽ പങ്കെടുക്കുന്നു. ഉബൈദിന് ഈസയെ കൂടാതെ വേറെ ഒരു പ്രണയവും കൂടിയുണ്ട്; അയാളുടെ പേര് ഉസ് ഊദ് എന്നാണ്.

ഇവരുടെയൊക്കെ കുടുംബജീവിതം അയഥാർത്ഥ്യങ്ങളുടെ അനുമാനമായാണ് തോന്നിയിട്ടുള്ളത്. കുടുംബജീവിതത്തിന്റെ പാരമ്പര്യരീതികളിൽനിന്നും ഏറെ വ്യത്യസ്തത നിറഞ്ഞ ഒരു ജീവിതപന്ഥാവാണ് ഇവർ പിന്തുടരുന്നത്. തങ്ങൾക്ക് ലൈംഗികമായ സംതൃപ്തി ജീവിതത്തിൽ കിട്ടുന്നത് ഇത്തരം ശാരീരിക വേഴ്ചകളിൽ നിന്നുമാണെന്ന് പറയാൻ അവർക്ക് ഒട്ടും മടിയല്ല. വേറിട്ട ജീവിതം ഇതിലൂടെ അവർ സാദ്ധ്യമാക്കുന്നു. ഇതൊക്കെ കേട്ടപ്പോൾ ഹൈദറിന് ആശ്ചര്യമാണ് തോന്നിയത്.

ഒരു ശിശിരകാല സായാഹ്നത്തിലാണ് ജോലികിട്ടി ഹൈദർ അബുദാബിയിലെത്തിയത്. ഞങ്ങൾ വീണ്ടും ഒരു മുറിയിൽ താമസമായി. ഒരുപാട് നാളത്തെ ഇടവേളകൾ അപ്പോഴേക്കും കടന്നുപോയിരുന്നു. ഞങ്ങൾ വീണ്ടും ഓർമ്മകളുടെ ഭാണ്ഡക്കെട്ടുകൾ അഴിച്ചുനോക്കി. സ്നേഹിതയായ ഡമാസ്കസ്കാരി നാദിയയെക്കുറിച്ചാണ് ഞാൻ രാവേറുവോളം ഹൈദറിനോട് സംസാരിച്ചത്.

പുരാതന സംസ്കാരങ്ങളുടെ കളിത്തൊട്ടിലായ സിറിയയിൽനിന്നുമാണ് നാദിയ അബുദാബിയിലെത്തിയത്. സിറിയയുടെ തലസ്ഥാനനഗരമായ ഡമാസ്കസിലാണ് അവളും കുടുംബവും തലമുറകളായി പാർക്കുന്നത്. സിറിയൻ സ്ത്രീകളും പുരുഷന്മാരും സുന്ദരികളും സുന്ദരന്മാരും

അരോഗദൃഢഗാത്രരുമായിരുന്നു. കൃശഗാത്രികളായ സിറിയൻ പെൺകുട്ടികൾക്ക് സ്വർണ്ണ വർണ്ണമുള്ള നീണ്ട മുടിയും അതേ നിറമുള്ള ഉടലുമാണ്. ഒരുപക്ഷേ, യൂറോപ്യൻ പെൺകുട്ടികളേക്കാളും ആകാരസൗന്ദര്യം കൊണ്ട് അനുഗ്രഹീതരായിരുന്നു.

ഡമാസ്കസിലെ യൂണിവേഴ്സിറ്റിയിൽനിന്നും കമ്പ്യൂട്ടറിൽ ബിരുദാനന്തര ബിരുദം നേടിയ നാദിയ ഞങ്ങളുടെ ഓഫീസിൽ ഐ ടി വിദഗ്ദ്ധയായാണ് ജോലി നോക്കുന്നത്. ഞങ്ങൾ ജീവിതത്തിന്റെ എല്ലാ വിഹ്വലതകളും പരസ്പരം പങ്കുവയ്ക്കുക പതിവായിരുന്നു. അവൾക്ക് അറബി ഭാഷ മാത്രമാണ് നന്നായി സംസാരിക്കാൻ കഴിയുക. ഇംഗ്ലീഷ് ഫ്രഞ്ച് അറബി കലർന്ന ഒരുതരം സങ്കര ഭാഷയായിരുന്നു. അതുകൊണ്ടുതന്നെ ഞങ്ങൾ ആശയ വിനിമയത്തിനായി അറബി തെരഞ്ഞെടുത്തു. പഠനകാലത്തെക്കുറിച്ചും യൂണിവേഴ്സിറ്റി ജീവിതത്തെക്കുറിച്ചും അവൾ വാചാലയായി. ഖലീൽ ജിബ്രാന്റെ പ്രണയകഥകളെക്കുറിച്ചും ആത്മസത്തയിലൂന്നിയ ചിത്രങ്ങളെക്കുറിച്ചും ഞങ്ങൾ ആശയങ്ങൾ പങ്കുവച്ചു. മഹ്മൂദ് ദർവേഷിന്റെ കവിതകളെക്കുറിച്ചും പലസ്തീനിയൻ പോരാളിയും കമ്യൂണിസ്റ്റുമായ ജോർജ് ഹബ്വഷിന്റെ രാഷ്ട്രീയ ലേഖനങ്ങളെക്കുറിച്ചും സംവാദങ്ങളിലേർപ്പെട്ടു.

യൂണിവേഴ്സിറ്റി പഠനകാലത്തെ സിറിയൻ യുവാവുമായുള്ള ഗാഢവും തീവ്രവുമായ പ്രണയസല്ലാപങ്ങളെക്കുറിച്ചും അക്കാലത്തെ ജീവിതത്തെക്കുറിച്ചും നാദിയ പലപ്പോഴും വാചാലയാകും. അവൾക്ക് അന്ന് വയസ്സ് ഇരുപതായിരുന്നു; കൂട്ടുകാരൻ ഇസ്സാമിന് ഇരുപത്തിയഞ്ചും ഇസ്സാമും കമ്പ്യൂട്ടർ ബിരുദധാരിയാണ്. പൊതുവെ സിറിയൻ യുവതികൾ ഇരുപത്തിയഞ്ചു വയസ്സിനുശേഷമേ വിവാഹിതരാകൂ. അതുവരെ പ്രണയിച്ചും പഠിച്ചും കാലം കഴിക്കും. നാദിയയും ഇസ്സാമും ഡമാസ്കസിൽ ഉന്നതവിദ്യാഭ്യാസം പൂർത്തിയാക്കി പുറത്തിറങ്ങി. പ്രണയം രക്ഷിതാക്കളെ അറിയിച്ചു. ഇരുവരുടെയും കുടുംബങ്ങൾ അടുത്തു. ആ സൗഹൃദം നാൾക്കുനാൾ വർദ്ധിച്ചു. ഇസ്സാമിന് കുവൈറ്റിലെ പത്രസ്ഥാപനത്തിൽ ജോലി കിട്ടി. നാദിയയുടെ അച്ഛനമ്മമാർ വളരെക്കാലമായി അബുദാബിയിലായിരുന്നു ജോലിയും താമസവും. അതുകൊണ്ട് അബുദാബിയിൽ ജോലി കിട്ടാൻ നാദിയയ്ക്ക് പ്രയാസമുണ്ടായില്ല.

ആയിടയ്ക്കാണ് ഇസ്സാമിന്റെയും നാദിയയുടെയും വിവാഹം ഉറപ്പിച്ചത്. അക്കാര്യം നാദിയ പറഞ്ഞതും ആഹ്ലാദം പങ്കുവച്ചതും ഡമാസ്കസിലെ കുടുംബവീട്ടിൽ തയ്യാറാക്കിയ ഏറ്റവും രുചിയുള്ള മധുരപലഹാരം തന്നുകൊണ്ടാണ്. മധുരം നുണയുന്നതിടെ അവളെന്നെ വിവാഹത്തിന് ഡമാസ്കസിലേക്ക് ക്ഷണിക്കുകയുമുണ്ടായി. വിവാഹം ഉറപ്പിച്ചതിനുശേഷം കുവൈറ്റിലെ ജോലിസ്ഥലത്തേക്കുപോയ ഇസ്സാം അപകടത്തിൽ മരിച്ചു. അയാൾ ഓടിച്ചിരുന്ന കാറ് യാത്രാമദ്ധ്യേ കേടാവുകയും അപകടം പിണയുകയുമായിരുന്നു. ഇസ്സാമിന്റെ മരണവിവരം ഞങ്ങൾ നടുക്കത്തോടെയാണ് കേട്ടത്. നാദിയ ദുഃഖിതയും മൂകയുമായി മാറി. പഴയ

പ്രസരിപ്പും വർത്തമാനങ്ങളും ആശയാഭിപ്രായങ്ങളും അവളെ വിട്ടുപോയതായി ഞാനറിഞ്ഞു.

ദിവസങ്ങൾ അങ്ങനെ കടന്നുപോയി. ഒരു ദിവസം നാദിയ ലാപ്ടോപ്പിൽ കണ്ണുംനട്ട് ചിന്താമഗ്നയായി ഇരിക്കുകയായിരുന്നു. ഞാൻ അവളുടെ ഓഫീസ് മുറിയിലേക്ക് കടന്നുചെന്നു. അവൾ ലാപ്ടോപ്പിൽ പ്രശസ്ത പലസ്തീനിയൻ കവി മഹ്മൂദ് ദാർവിഷിന്റെ കവിത വായിക്കുകയായിരുന്നു.

'നിന്റെ പോരാട്ടത്തിൽ ഉയിരായി ഞാനുണ്ട്.
മണ്ണിനുവേണ്ടിയുള്ള ഈ ജീവത്യാഗം
നിന്റെ മണ്ണും മനുഷ്യരും മറക്കില്ല തീർച്ച...'

നാദിയ ജീവിതത്തിന്റെ പൊരുൾ തേടുകയാണ്. അനശ്വര പ്രേമത്തിന്റെ വേവലാതിവിട്ട് ആശയവിപ്ലവത്തിന്റെ പാതയിലേക്ക് അവൾ പിച്ചവയ്ക്കുന്നു. സൗന്ദര്യവും സൗകുമാര്യവും മാത്രമല്ല അവളുടെ അഴകിന് ആധാരം എന്ന് ഞാൻ മനസ്സിൽ കുറിച്ചിട്ടു.

നാദിയയ്ക്ക് ദാർവിഷിന്റെ കവിതകളും, പലസ്തീനിയൻ കമ്യൂണിസ്റ്റ് നേതാവും പോരാളിയുമായ ജോർജ് ഹബ്ബഷിന്റെ ലേഖനങ്ങളും വളരെ ഇഷ്ടമായിരുന്നു. ഹബ്ബഷിനെ വായിച്ചുകൊണ്ട് അവൾ തന്നോടുതന്നെ ചോദിച്ചു:

'സിണോയിസവും ഇസ്ലാമും മാത്രമല്ല ഈ ഒലിവ് കായ്ക്കുന്ന മണ്ണിലുള്ളത്, ഇവിടെ പച്ചയായ മനുഷ്യരുടെ ചോരയും നെടുവീർപ്പുമുണ്ട്. ഇത് എന്നാണ് എന്റെ ജനതയ്ക്ക് ബോദ്ധ്യപ്പെടുക!'

ഖലീൽ ജിബ്രാന്റെ കൃതികൾ അവൾ കൈസഞ്ചിയിൽനിന്നും പുറത്തെടുക്കുന്നത് കണ്ടു. ജിബ്രാനെ വായിക്കുകയും നെഞ്ചേറ്റിനടക്കുകയും ചെയ്യുന്ന അറബ് പെൺകൊടി ഞാനാണെന്റെ ദൈവം (അനനഫ്സറബ്ബി) എന്ന് ലോകത്തോട് വിളിച്ചുപറഞ്ഞ നാസ്തികനായ ജിബ്രാൻ, നാദിയ ജിബ്രാന്റെ കൃതികളിലേക്ക് ആഴ്ന്നിറങ്ങുകയായിരുന്നു.

ജിബ്രാൻ! ഹൃദയത്തിൽ നിർവ്വചിക്കാൻ കഴിയാത്ത, കടലാസിൽ പകർത്താൻ കഴിയാത്തത്ര സ്വാധീനം എന്നിൽ നീ പകർന്നിരിക്കുന്നു! കവിതയിൽ ദാർവിഷിനെപ്പോലെ, ഗദ്യത്തിൽ ജോർജ് ഹബ്ബഷിനെപ്പോലെ വീണ്ടും വീണ്ടും അവൾ ജിബ്രാനെ വായിക്കുന്നു.

ഉന്മാദാവസ്ഥയിൽ ജിബ്രാന്റെ വരികൾ അവളറിയാതെ ഉരുവിട്ടുകൊണ്ടിരുന്നു:

"പുണ്യവതിയായ ഇഷ്താർ ദേവതേ, എന്റെ സ്വപ്നങ്ങൾ തകർന്നിരിക്കുന്നു. പ്രാണന്റെ അവസാനമടുത്തിരിക്കുന്നു. ഹൃദയം കൊണ്ട് ഞാൻ മരിച്ചുകൊണ്ടിരിക്കുന്നു. കണ്ണുകൾ കണ്ണീരിൽ കത്തിച്ചാമ്പലായിരിക്കുന്നു. നിന്റെ കാരുണ്യത്തിൽ എനിക്ക് ഉയിരേകൂ. എന്റെ പ്രാണനാഥനെ എനിക്ക് തിരിച്ചുതരൂ."

ആ സമയത്ത് അവളുടെ അമ്മ, സെൽവ അടുത്തുവന്നു ചെവി

യിൽ മന്ത്രിച്ചു:

"നാദിയ നിന്റെ പ്രാണേശ്വരന് ദേവത ഉയിരേകും. നീ ഉണരുക, എഴുന്നേല്ക്കുക."

നാദിയ ദേവതയോട് പറഞ്ഞു:

"ഡമാസ്കസിലെ പുലർവേളകളിലെ മഞ്ഞ്; പുലർകാല മഞ്ഞുവീണ റോസാപുഷ്പദലങ്ങളിൽ സൂര്യന്റെ പൊൻ പ്രഭയുടെ ചാരുതയാർന്ന കാഴ്ച. ഓരോ റോസാദലത്തിലും ഞാൻ എന്റെ പ്രിയതമനെ കാണുന്നു. ഇഷ്താർ ദേവതേ! നീ അവന് ഉയിരേകിയാലും. നീ അവന്റെ അവസാന മയക്കത്തിൽ നിന്നും അവനെ ഉണർത്തിയാലും."

ഖലീൽ ജിബ്രാൻ

അവൾ തന്റെ പ്രിയതമനോട് സംസാരിച്ചുതുടങ്ങി:

"എന്റെ ആത്മാവുമായി ബന്ധപ്പെട്ടവനേ, നമ്മെ വേർപെടുത്താൻ മൃത്യുതൻ മായാജാലത്തിന് കഴിയുമോ? മൃത്യുവിന്റെ ആകാശം വലുതാണ്. സങ്കടപ്പെടാതിരിക്കുക. നീ വിടപറഞ്ഞെങ്കിലും പ്രണയത്തിന്റെയും യുവത്വത്തിന്റെയും ഇരട്ടക്കോപ്പുകൾ നമ്മുടെ കരങ്ങളിൽ ഇപ്പോഴും നിറഞ്ഞിരിക്കുന്നു. പ്രിയപ്പെട്ടവനേ പോവുക.." അവളുടെ ശബ്ദം നേർത്തുവന്നു.

നാദിയയുടെ ഇത്തരം മാനസിക വ്യാപാരങ്ങൾ ഞാൻ പറയുന്നത് കേൾക്കെ ഹൈദർ എപ്പോഴാണ് കിടക്കയിലേക്ക് അമർന്നതെന്ന് അറിഞ്ഞില്ല. അപ്പോൾ സമയം രാവിലെ മൂന്ന് മണി, ഞങ്ങൾ സ്വപ്നത്തിലോ നിദ്രയിലോ എന്നറിയാതെ കണ്ണുകൾ ഇറുകെ അടച്ച് ഉറക്കം വരുന്നതും കാത്ത് കിടന്നു.

12

ബാറക്കുഡയിലെ രാപ്പകൽ

ഐക്യഅറബ് എമിറേറ്റ്സിലെ ഏഴ് അംഗരാജ്യങ്ങളിൽ ഒന്നായ ഉമ്മുൽ ഖുയിന്റെ കടൽത്തീരത്ത് ശാന്തമായ ഒഴിവുകാല വസതിപോലെ തോന്നിക്കുന്ന റിസോർട്ടിന്റെ പേരാണ് ബാറക്കുഡ. ഞങ്ങൾ അവിടെ ഒരു ദിവസത്തെ ഒഴിവുദിനാഘോഷത്തിനായി കൂടുവാൻ തീരുമാനിച്ചത് ഏതാണ്ട് രണ്ടാഴ്ച മുമ്പായിരുന്നു. സാമൂഹ്യ പ്രവർത്തകർ, കവികൾ, ചിത്രകാരന്മാർ, നാടകപ്രവർത്തകർ എന്നിങ്ങനെ സമൂഹത്തിന്റെ നാനാ തുറകളിലുമുള്ള സമാനമനസ്കർ ബാറക്കുഡയിൽ സമ്മേളിച്ചിരിക്കുക യാണ്.

ഞാനും സുഹൃത്തായ സർജുവും അദ്ദേഹത്തിന്റെ കുടുംബവും വളരെ നേരത്തെ അവിടെയെത്തി. അബുദാബിയിൽനിന്നും ഉച്ചതിരിഞ്ഞ തിനുശേഷമാണ് യാത്ര പുറപ്പെട്ടത്. യാത്രാക്ഷീണമകറ്റാനും ഉന്മേഷ ത്തിനുമായി ഒന്നു കുളിച്ചശേഷം വൈകുന്നേരത്തെ ചായ കഴിക്കുവാ നുള്ള തയ്യാറെടുപ്പിലായിരുന്നു ഞങ്ങൾ. അപ്പോഴാണ് കഥാകാരനും സുഹൃത്തുമായ അഷറഫും കൂടെ കവി കമറുദ്ദീൻ ആമയവും എത്തി യത്. എല്ലാവരും റെസ്റ്റോറന്റിലേക്ക് നീങ്ങി.

സംസാരത്തിന് തുടക്കമിട്ട് ഞാൻ ചോദിച്ചു:

“എന്താണ് ഈ റിസോർട്ടിന് ബാറക്കുഡ എന്ന് പേരുകൊടുക്കാൻ കാരണം?”

കമറുദ്ദീൻ ആമയത്തോടായിരുന്നു ചോദ്യം.

“ബാറക്കുഡ ഒരു പ്രത്യേകതരം മത്സ്യത്തിന്റെ പേരാണ്. തിമിം ഗലം പോലുള്ള മത്സ്യമാണിത്. ശവം തീനികളായ ഈ മത്സ്യം മനു ഷ്യരെ പിടികൂടാറുണ്ടെന്നു ഇവിടത്തുകാർ പറയുന്നു. അതിന്റെ ചിത മ്പലുകൾ തിളക്കമുള്ളവയാണ്. ഇവ രാത്രികാലങ്ങളിലാണ് സഞ്ചരിക്കുക

പതിവ്. ചെങ്കടൽ, കരീബിയൻ കടൽ എന്നിവിടങ്ങളിലാണ് ഇവയെ കണ്ടുവരുന്നത്. വളരെ ആപല്ക്കാരിയായ ഇവയ്ക്ക് മനുഷ്യരിൽ കടുത്ത വിഷം ഏല്പിക്കാനുള്ള കഴിവുണ്ട് ഇതിനെ തിന്നാൽ ചിലപ്പോൾ മനുഷ്യർക്ക് ജീവൻപോലും നഷ്ടപ്പെടും. ഈ മത്സ്യത്തിന് ടൈഗർ ഓഫ് ദ സീ എന്നും വിളിപ്പേരുണ്ട്. ഇതിനെ അറബികൾ വിളിക്കുന്നതുതന്നെ സമഖ്അൽ മുഖ്തറസ എന്നാണ്."

പരിപാടികൾക്ക് തിരശ്ശീലയുയർന്നു. ജനുവരിയിലെ തണുപ്പുള്ള ഒരു രാത്രിയായിരുന്നു അത്. ചർച്ചകളും കവിയരങ്ങുകളും തമാശകളും ചൂടേറിയ രാഷ്ട്രീയ വാദപ്രതിവാദങ്ങളും തുടങ്ങിയിട്ടേയുള്ളൂ. സായാഹ്ന സൂര്യന്റെ തിളക്കമില്ലാത്ത രശ്മികൾ അങ്ങിങ്ങായി റിസോർട്ടിന്റെ വിശാലമായ പുൽത്തകിടികളിൽ നിരത്തിയിട്ട കസേരകളിലും ഞങ്ങളുടെ മുഖത്തും വന്നുപതിക്കുന്നുണ്ടായിരുന്നു. പടിഞ്ഞാറ് മുഖമായുള്ള ആ സുന്ദരഭവനങ്ങളുടെ മേൽ സന്ധ്യയുടെ ചുവപ്പുകലർന്ന വെളിച്ചം വന്ന് വീണുകൊണ്ടിരുന്നു. കൊടുംതണുപ്പ് പുറത്തെ അന്തരീക്ഷത്തിൽ ഘനീഭവിക്കുമ്പോൾ സർവ്വസംവാദങ്ങളും ചർച്ചകളും തീനും കുടിയും ഞങ്ങളുടെ ശരീരത്തിലെ ഊഷ്മാവ് വർദ്ധിപ്പിച്ചിരുന്നു.

പ്രശാന്തമായ രാത്രിയായിരുന്നു അത്. ആഘോഷങ്ങളുടെ തിരയിളക്കത്തിനുശേഷം എല്ലാവരും അല്പം ശാന്തരായി. നഗരം സുഖസുഷുപ്തിയിലാണ്. മിക്കവരും ബാറക്കുഡയുടെ പുൽത്തകിടിയിലേക്ക് ഇറങ്ങിയിരുന്നു. ബദാം മരത്തിന്റെയും ഈന്തപ്പനയുടെയും നിഴലുകൾ റിസോർട്ടിന്റെ മങ്ങിയ നിയോൺ വെളിച്ചത്തിൽ അങ്ങിങ്ങായി ചിതറിക്കിടന്നു. അതെ, ആരോ പാട്ടുമൂളുന്നുണ്ട്. ആ പാട്ടിന്റെ ലയത്തിൽ എല്ലാവരും അലിഞ്ഞു ചേർന്നു. നിദ്രയുടെയും അനന്തമായ സ്വപ്നങ്ങളുടെയും ലഹരിയിൽ വിറയാർന്ന ശബ്ദത്തിൽ ആ ഗാനം ഒഴുകിക്കൊണ്ടേയിരുന്നു.

പ്രവാസത്തിന്റെ പതിറ്റാണ്ടുകൾ കടന്നുപോയ എന്നോട് സർജ്ജുതലമുറകളുടെ പ്രയത്നങ്ങൾ ജീവിതത്തെ സാർത്ഥകമാക്കുന്നത് എങ്ങനെയെന്ന് ചോദിച്ചു.

അവന്റെ ചോദ്യം മുഴുവനായും മനസ്സിലായില്ല. എങ്കിലും അറിയാവുന്ന കാര്യങ്ങൾ ഞാൻ അവനോട് പറഞ്ഞുതുടങ്ങി:

"പ്രവാസം എന്നെ പഠിപ്പിച്ചത് വ്യവസ്ഥയുടെ പാഠങ്ങളല്ലാതെ മറ്റൊന്നുമല്ല. അതെന്റെ ബോധമണ്ഡലത്തെ നിശ്ശബ്ദമാക്കാൻ കാരണവുമായി. അതല്ലാതെ, അനുഭവത്തിന്റെ ഒരു ആഴക്കടൽ എന്നിലേക്ക് ഒരിക്കലും വന്നു നിറഞ്ഞിരുന്നില്ല. എങ്കിലും ഉള്ളിലെ നിഗൂഢ വികാരങ്ങളെയും ആവേശങ്ങളെയും ദുർബ്ബലമാക്കാൻ ഈ ജീവിതത്തിനു കഴിഞ്ഞതുമില്ല. തിരിഞ്ഞു നോക്കുമ്പോൾ ഏറെ തൃപ്തി നല്കുന്നതായിരുന്നു പ്രവാസകാലമെങ്കിലും അസ്വാതന്ത്ര്യത്തിന്റെ മേലുടുപ്പിനാൽ ഞാനെന്നും മൂടപ്പെട്ടിരുന്നു എന്നതാണ് യാഥാർത്ഥ്യം." ഇത്രയും പറഞ്ഞു നിർത്തി.

അപ്പോൾ സർജ്ജു ചോദിച്ചു.

"ഇവിടത്തെ ജീവിതം അങ്ങനെയാണോ?"

"അങ്ങനെ തീർത്തും പറയാൻ കഴിയില്ല. കാരണം ജീവിതം എവിടെയും ഏതുകാലത്തും വ്യവസ്ഥകളിലേക്ക് നമ്മെ മെരുക്കുന്നു എന്നതാണ് യാഥാർത്ഥ്യം. മാത്രവുമല്ല.." സംസാരം ഞാൻ പാതി വഴിയിൽ ഉപേക്ഷിച്ചു.

അനുഭവങ്ങൾ അയവിറക്കാൻ ആ സന്ദർഭത്തിൽ ഒട്ടും താല്പര്യമുണ്ടായിരുന്നില്ല. അതുകൊണ്ട് ഞാൻ മൗനത്തിന്റെ പുറ്റിൽ മറഞ്ഞുനിന്നു. രാത്രിയുടെ യാമങ്ങളിൽ എപ്പോഴാണ് ഉറങ്ങിയതെന്ന് ഒരു തിട്ടവും ഇല്ലായിരുന്നു.

സമയം രാവിലെ പത്തായിട്ടും മഞ്ഞിന്റെ കാഠിന്യം അന്തരീക്ഷത്തിൽ ഒട്ടും കുറഞ്ഞില്ല. ആളുകൾ അടുത്തടുത്തായാണ് ഇരുന്നതെങ്കിലും പരസ്പരം മനസ്സിലായില്ല. എല്ലാവരും ഉണർന്നിരിക്കുന്നു. രാത്രിയിലെ ആഘോഷങ്ങളുടെ ആഘാതത്തിൽ പ്രാതലിന്റെ കൂടെ ഓർമ്മകളും എല്ലാവരും വിഴുങ്ങിക്കൊണ്ടിരുന്നു. ദുബായിലെ ഹയാത്ത് റീജൻസിയിൽ അടുത്തദിവസം നടക്കുന്ന ലോകപ്രശസ്ത ഗസൽ ഗായകൻ ഗുലാം അലിയുടെ പരിപാടിയെക്കുറിച്ച് ആരോ ചർച്ചയെടുത്തിട്ടു. ചർച്ചയ്ക്കിടയിൽ ഒരാൾ ചുള്ളിക്കാടിന്റെ 'ഗുലാം അലി പാടുന്നു' എന്ന കവിത ചൊല്ലി.

ഞാനും സർജുവും ഹമാത്ത് റീജൻസിയിലേക്ക് ഒരുമിച്ചാണ് യാത്ര തിരിച്ചത്. ഗുലാം അലിയുടെ മഹനീയ സാന്നിദ്ധ്യംകൊണ്ട് പ്രൗഢവും ഗംഭീരവുമായ സദസ്സ്, ഗുലാം അലി ഹാർമ്മോണിയം തന്റെ ഇരിപ്പിടത്തിനരികിലേക്ക് വലിച്ചുവച്ചു. ഗസലിന്റെ നിറസാന്നിദ്ധ്യമായ സിത്താർ വളരെ ഭവ്യതയോടെ ഉസ്താദ് ഹബീബ്ഖാൻ ശരീരത്തോട് ചേർത്തുപിടിച്ചു. തബല സഹീർഖാൻ മെല്ലെ കൈകൾകൊണ്ട് താളത്തിൽ തട്ടിയുണർത്തി. 'തകതിമി തക്ജുന താ... തകതിമി തക്ജുന താ..'

ഹയാത്ത് റീജൻസിയിൽ ഗുലാം അലിയെ കേൾക്കുകയാണ്. ഗുലാം അലി ഗസലിനെക്കുറിച്ചും ഷായിറയെക്കുറിച്ചും വാചാലനായി. ഗസലിന്റെ മാസ്മരിക സംഗീതവും ധ്വനിയും അന്തരീക്ഷത്തിൽ നിറഞ്ഞു. ഗസലിന്റെ ഖയാലുകളെക്കുറിച്ചും രാഗങ്ങളെക്കുറിച്ചും വിസ്തരിച്ചു. ആദ്യം താൻ ആലപിക്കാൻ പോകുന്ന ഗസൽ ആരാണ് രചിച്ചത് എന്ന് അദ്ദേഹം സദസ്സിനോടായി വിശദീകരിച്ചു. ഈ കവിതകൾക്ക് ഞാൻ തന്നെയാണ് സംഗീതം നല്കിയതെന്നും അദ്ദേഹം പറഞ്ഞു. സദസ്സ് ആകെ ഒന്നിളകിമറിഞ്ഞു. നിറഞ്ഞ കൈയടി. ഹർഷാരവം. സദസ്സിൽനിന്ന് തന്റെ ശബ്ദത്തിനും സംഗീതത്തിനും കിട്ടിയ പ്രോത്സാഹനത്തിന്റെ നിറഞ്ഞ നിർവൃതിയിൽ അദ്ദേഹത്തിന് മാത്രം സ്വന്തമായ അഭൗമ സൗന്ദര്യമാർന്ന ശബ്ദത്തിൽ അദ്ദേഹം പാടിത്തുടങ്ങി: 'ചുപ്കോ ചുപ്കേ രാത്ദിൻ ആർസു ബനായ യാദ് ഹേ...'

ഗസലുകൾ അധികവും പ്രണയത്തെക്കുറിച്ചും വിരഹത്തെക്കുറിച്ചും മദ്യത്തെക്കുറിച്ചും സ്ത്രീ സൗന്ദര്യത്തെക്കുറിച്ചുമായിരുന്നു. ഓരോ മദ്യ

ത്തെക്കുറിച്ചും സ്ത്രീ സൗന്ദര്യത്തെക്കുറിച്ചുമായിരുന്നു ഓരോ രാഗത്തിലും ഓരോ വരി പാടിക്കൊണ്ട് അദ്ദേഹം രാഗവിസ്താരം നടത്തിക്കൊണ്ടിരുന്നു. ഓരോ പ്രാവശ്യവും സദസ്സിൽ ഓരോ ആന്ദോളനം. സദസ്യർ ഹർഷപുളകിതരായി എഴുന്നേറ്റുനിന്ന് കരഘോഷം മുഴക്കി. നിലയ്ക്കാത്ത കരഘോഷം, നിലയ്ക്കാത്ത പാട്ടുകൾ, നിലയ്ക്കാത്ത സംഗീതം; സിത്താർ, തബല, ഹാർമ്മോണിയം; അതിനെ വെല്ലുന്ന ഗുലാം അലിയുടെ മധുരശബ്ദം.

ഞാനും സർജുവും ഇടവേളകളിൽ ഹോട്ടൽ ലോബിയിൽ ഗസലിന്റെ ഭാഗമായിത്തന്നെ ഒരുക്കിവച്ച റഫ്രഷണറിയിലേക്ക് കടന്നുചെന്നു. അവിടെ ഞങ്ങൾ പാനീയങ്ങളും ചിക്കൻ ലോലിപപ്പും നുണഞ്ഞുകൊ

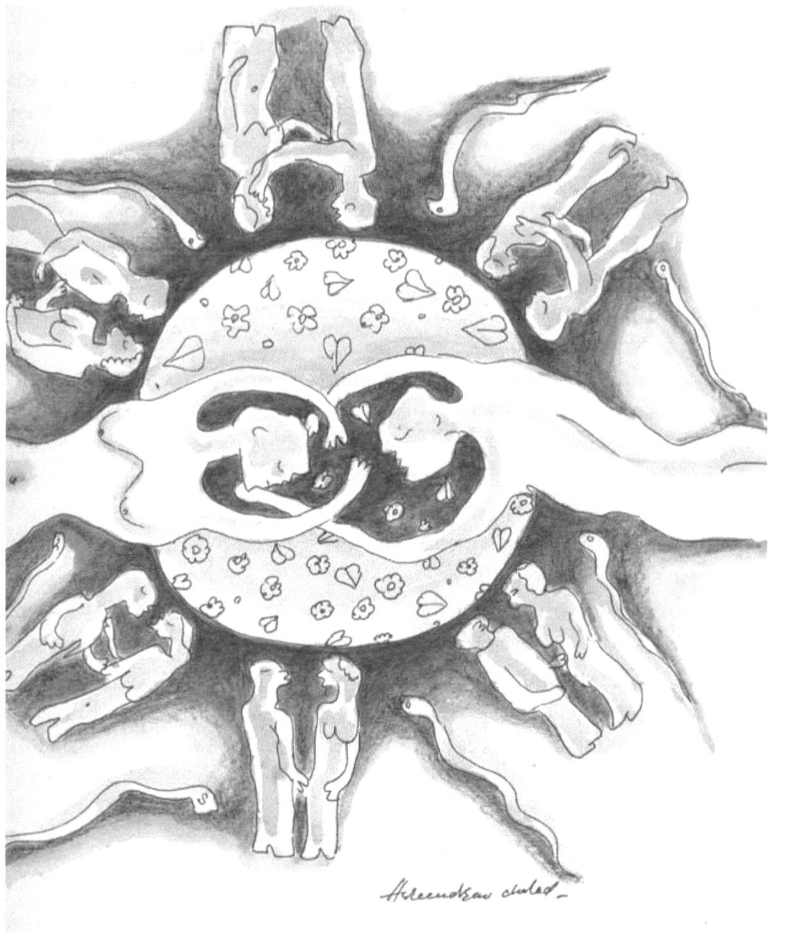

ണ്ടിരുന്നു. ഇതിനിടയിൽ അഷ്റഫ് ഒരു ഗസൽ രാവിൽവച്ച് മാസ്മരികമായ ശബ്ദത്തിൽ കേട്ട ഗസലിന്റെ ഓർമ്മ പുതുക്കി: 'ഹുദാക്ക ശുഖ്റ് ഹേ യെഷെ റാബ് ജിസ്നേ ബനായി ഉസ്സേ ഹമാരാ സലാം ഷെറാബ് ജിത്നാ ഷെരീഫ് ചീസ് ഹേ ഷെറാബ് ജിസ്നേ ബനായി ഉസ്സേ ഹമാരാ സലാം' (ദൈവത്തിന് നന്ദി, ആരാണ് ഈ മദ്യം ഉണ്ടാക്കിയത്, അദ്ദേഹത്തിന് വന്ദനം. മദ്യം എത്ര പരിശുദ്ധമായ പാനീയമാണ്. ഹേ ദൈവമേ, ഇത് നിനക്ക് മാത്രമേ ഉണ്ടാക്കാൻ പറ്റൂ. നിനക്കൊരായിരം നന്ദി).

വീണ്ടും ഗുലാം അലിയുടെ മഹനീയ സാന്നിദ്ധ്യത്തിലേക്ക്, ഞാൻ എത്ര നേരമായി. എത്ര കാലമായി, എത്ര നൂറ്റാണ്ടുകളായി നിന്നെ, കാത്തിരിക്കുന്നു. നീ എന്തേ എന്റെ ചാരത്തേക്ക് വന്നണഞ്ഞില്ല. ഇല്ല. എന്നാലും ഞാൻ കാത്തിരിക്കും. ഒരുപക്ഷേ, ഒരിക്കലും വരാത്ത നിനക്കുവേണ്ടി, പാട്ടിന്റെ ഓരോ അർദ്ധവിരാമത്തിലും സദസ്സ് ഒരു ഇളംതെന്നൽപോലെ, പിന്നെ ഒരു കൊച്ചു കൊടുങ്കാറ്റുപോലെ ഇളകിമറിഞ്ഞു. ഞാൻ സർജുവിനോട് പറഞ്ഞു. "നാം എവിടെയാണ് ഇരിക്കുന്നത്. ദൈവങ്ങളായ ദൈവങ്ങൾ മുഴുവൻ നമുക്കായി വാഗ്ദാനം ചെയ്ത അനന്തമായ സ്വർഗ്ഗത്തിന്റെ ഏതോ വാതായനത്തിലോ?" കണ്ണുമടച്ചിരുന്ന സർജു ഒന്നിനും മറുപടി പറഞ്ഞില്ല. സർജു സംഗീതത്തിന്റെ ഏതോ മാസ്മരിക ലോകത്തിലേക്ക് എടുത്തെറിയപ്പെട്ടുകഴിഞ്ഞിരുന്നു. ആ അഭൗമ ലോകത്തുനിന്ന് ഞങ്ങൾ എപ്പോഴാണ് വിടുതൽ തേടി സാധാരണ ജീവിതത്തിലേക്ക് മടങ്ങിവന്നത് എന്ന് ഒരു നിശ്ചയവുമില്ലായിരുന്നു. ഗുലാം അലി അപ്പോഴും ഞങ്ങളുടെ മനസ്സിൽ പാടിക്കൊണ്ടേയിരുന്നു. 'ഹങ്കാമ, ഹങ്കാമ തേരീ യാദ് ഹേ...'

വ്രതമാസം കഴിഞ്ഞുള്ള പെരുന്നാൾ ഒഴിവുദിനത്തിന്റെ മൂന്നാം ദിവസം അബുദാബിയിലെ കടൽ തീരത്തിനടുത്തുള്ള ഫ്ളാറ്റിലെ ശൂന്യമായ ബെഡിൽ കിടന്നുകൊണ്ട് ഞാൻ സ്വപ്നങ്ങളും യാഥാർത്ഥ്യവും ഇടകലർന്നൊരുക്കുന്ന കടലിരമ്പങ്ങളിൽ ഇന്ദ്രിയങ്ങളർപ്പിച്ച് മയങ്ങുകയായിരുന്നു. അപ്പോഴാണ് സുഹൃത്ത് ശിഹാബ് വന്നത്. ഒരു സ്നേഹിതന്റെ വേദനാജനകമായ കഥയും അതിനുള്ള പരിഹാരവും തേടിയാണ് ശിഹാബ് എന്നെ സമീപിച്ചത്.

ശിഹാബിന്റെ സുഹൃത്ത് ഇർഷാദ്, അദ്ധ്യാപകനും ഇംഗ്ലീഷ് പത്രത്തിന്റെ റിപ്പോർട്ടറുമായിരുന്നു. ഒരു ഒഴിവുദിന വൈകുന്നേരം ഇർഷാദിന്റെ ഫ്ളാറ്റിൽ അവനും കൂട്ടുകാരും കൂടിയിരുന്ന് തീറ്റയും കുടിയും വർത്തമാനവുമായി കഴിയുകയായിരുന്നു. ആഘോഷത്തിമർപ്പിനിടെ പതിനഞ്ച് നില കെട്ടിടത്തിന്റെ ചില്ലുജാലകത്തിലൂടെ ഇർഷാദ് വെറുതെ ഒന്ന് പുറത്തേക്ക് നോക്കി. അപ്പോൾ കെട്ടിടത്തിന്റെ നേരെ പിൻവശത്ത്, കാഴ്ചയിൽ അധികം ദൂരത്തല്ലാത്ത ആഡംബര വില്ലകളൊന്നിൽ സുന്ദരിയായ പെൺകുട്ടി നില്ക്കുന്നു. ഇർഷാദ് ആ കാഴ്ച കൂടെയുള്ള സുഹൃത്തുക്കളെയും കാണിച്ചുകൊടുത്തു. കൂട്ടത്തിലുള്ള ആരോ പറഞ്ഞു, അവിടെ സമ്പന്നരായ അറബികളുടെ ഭവനങ്ങളാണ്. അങ്ങോട്ടുള്ള

നോട്ടം അത്ര നല്ലതല്ല.

മദ്യലഹരിയിൽ ഇർഷാദും കൂട്ടുകാരും ആ പെൺകുട്ടിയെത്തന്നെ നോക്കി, കൈവീശി കാണിക്കുകയും ചെയ്തു. അവൾ പ്രത്യഭിവാദ്യം നല്കിയതോടെ സംഗതി കുഴപ്പത്തിലേക്കാണ് നീങ്ങുന്നതെന്ന് അതിലൊരാൾ മുന്നറിയിപ്പ് നല്കി. അന്നത്തെ ആഘോഷം കഴിഞ്ഞ് എല്ലാവരും പിരിഞ്ഞുപോയി. പിന്നെയാണ് കളി കാര്യമായത്. ഇർഷാദ് ഫ്ളാറ്റിന്റെ ബാൽക്കണിയിലൂടെ എതിർവശത്തെ ആഡംബര വില്ലയിലേക്ക് പാളി നോക്കുക പതിവായി. അയാളുടെയും അവളുടെയും കണ്ണുകൾ തമ്മിലിടഞ്ഞു. മെലിഞ്ഞു നീണ്ട മഞ്ഞനിറക്കാരിയായ അവൾക്ക് നീലക്കണ്ണുകളും പാറിപ്പറക്കുന്ന തലമുടിയാണ്. ആരെയും ഒറ്റനോട്ടത്തിൽ ആകർഷണവലയത്തിലാക്കാൻ പാകത്തിൽ സൗമ്യവും ദീപ്തവുമാണ് അവളുടെ മുഖഭാവം.

ഒരുദിവസം വൈകുന്നേരം ഇർഷാദ് സുഹൃത്തിനോടൊപ്പം ഫ്ളാറ്റിൽ നിന്നുമിറങ്ങി താഴെ നില്ക്കുകയായിരുന്നു. അപ്പോൾ താഴെയുള്ള ഗ്രോസറിയിൽ മഞ്ഞനിറക്കാരി സാധനങ്ങൾ വാങ്ങാൻ വന്നു. ഇർഷാദ് പതുക്കെ ഗ്രോസറിയിലേക്ക് ചെന്നു. ഇർഷാദിനെ കണ്ടതോടെ അവളുടെ നീലക്കണ്ണുകൾ ഒന്നുകൂടി തെളിഞ്ഞു. ഒരു മന്ദഹാസം അവൾ അവനിലേക്കെറിഞ്ഞു. ഗ്രോസറിയിൽനിന്നും അവൾ പുറത്തിറങ്ങിയതോടെ അവനും പുറത്തിറങ്ങി. ഒറ്റ വീർപ്പിലാണ് മൊബൈൽ നമ്പർ അവൾ കേൾക്കെ അവൻ പറഞ്ഞുതീർത്തത്. വീട്ടിൽ എത്തിയതേ ഉള്ളൂ. മൊബൈലിലേക്ക് കോൾ വന്നു. അവൾ സംസാരിച്ചുതുടങ്ങി. 'കൈഫ ഹാലക്ക് യാ ഹ ബീബി'......

ഇർഷാദും അവളും പലതും സംസാരിച്ചു. അപ്പോഴാണ് ഇർഷാദ് അറിയുന്നത് അവൾ വേലക്കാരിയാണെന്നും പേര് കീർത്തന എന്നാണെന്നും. യജമാനന്മാരായ അറബി കുടുംബം ഹ്രസ്വസന്ദർശനാർത്ഥം ഖത്തറിലേക്ക് പോയിരിക്കുകയാണ്. ഇന്തോനേഷ്യക്കാരിയാണ് കീർത്തന. അവളുടെ പേരുപോലെതന്നെ ജീവിതവും ഇന്ത്യൻചുവയുള്ളതായിരുന്നു. ദിവസങ്ങൾക്കുശേഷം ആഡംബര വില്ലയുടെ അരികിൽ അവളെ നേരിട്ട് കാണാനും സംസാരിക്കാനുമായി അയാൾ കാത്തുനിന്നു. അറബി ഭവനത്തിൽനിന്നും അവൾ പതുക്കെ ഇറങ്ങിവന്നു. വികാരം തുളുമ്പി നിന്ന ആ കൂടിക്കാഴ്ച പത്ത് മിനിട്ടോളം നീണ്ടുപോയി. അതിനുശേഷം കീർത്തന ഇർഷാദിനെയും ഇർഷാദ് കീർത്തനയെയും നിരന്തരം ഫോണിൽ വിളിച്ചുതുടങ്ങി.

അവരുടെ കണ്ടുമുട്ടലുകൾ പിന്നെയും ആവർത്തിച്ചുകൊണ്ടിരുന്നു. ആഡംബര വീട്ടിലെ അറബികൾ വാരാന്ത്യമാഘോഷിക്കാൻ ഇടയ്ക്കിടെ വീടുവിട്ട് പോവുന്ന സന്ദർഭങ്ങളിൽ കൂടിച്ചേരലുകൾ തുടർന്നുകൊണ്ടിരുന്നു. അവസാനം അവരുടെ രഹസ്യ സമാഗമം മറ്റ് അറബി വീട്ടുകാർ കണ്ടുപിടിച്ചു. രണ്ടുപേരെയും താക്കീത് ചെയ്തു. പിന്നീടൊരിക്കൽ കൂടി അവർ പിടിക്കപ്പെട്ടതോടെ അറബികൾ പൊലീസിൽ പരാതിപ്പെട്ടു.

കോടതി രണ്ടുപേരെയും വ്യഭിചാരക്കുറ്റത്തിന് ജയിൽ ശിക്ഷയ്ക്കുശേഷം നാടുകടത്തലിന് വിധിച്ചു. ജയിൽശിക്ഷ പൂർത്തിയാക്കിയ ഇർഷാദിന്റെ എമിഗ്രേഷൻ നടപടിക്ക് സഹായിക്കാനാണ് ശിഹാബ് എന്നെ സമീപിച്ചത്.

ഇർഷാദും കീർത്തനയും രണ്ട് നാട്ടിലേക്ക് യാത്രയായി. യൗവനയുക്തരായ രണ്ടുപേരും മടുപ്പിക്കുന്ന ജീവിത സന്ദർഭങ്ങളുടെ സമ്മർദ്ദത്താൽ ഇത്തരമൊരു സാഹചര്യങ്ങളിലേക്ക് നയിക്കപ്പെടുകയായിരുന്നു. അന്ന് വൈകുന്നേരം ഇടനാഴിയിൽ ആരുമായോ ഫോണിൽ സംസാരിക്കുകയായിരുന്നു ഞാൻ. അപ്പോഴാണ് ആ വാർത്ത തേടിയെത്തിയത്. ഞാൻ താമസിക്കുന്ന ഇരുപതുനില കെട്ടിടത്തിന്റെ മുകളിലത്തെ ചില്ലുജാലകത്തിലൂടെ ഒരു ഇന്തോനേഷ്യക്കാരി പെൺകുട്ടി ചാടി മരിച്ചിരിക്കുന്നു. അവരുടെ ചിതറിത്തെറിച്ച മൃതശരീരത്തിനുചുറ്റും ആളുകൾ കൂട്ടംകൂടിയിരിക്കുന്നു. രക്തത്തിന്റെ ചിതറലിൽ താഴെ കെട്ടിടത്തിന്റെ ചില്ലുജാലകത്തിൽ തെറിച്ചു വീണ രക്തക്കറ.

അന്ന് തീരെ ഉറക്കം വന്നില്ല. യജമാനന്മാരുടെ മുഷ്ക് കൊണ്ടാണത്രേ അവൾ കെട്ടിടത്തിൽനിന്നും ചാടി മരിച്ചത്. ഞാൻ ആലോചിക്കുകയായിരുന്നു, ഇന്തോനേഷ്യ അറുപതുകളിൽ ഒരു പരിധിവരെ പുരോഗമിച്ച നാടായിരുന്നു. അപ്പോഴാണ് അമേരിക്ക അവിടെ ഇടപെടൽ നടത്തിയത്. സുകാർണോ എന്ന ഭരണാധികാരിയെ അമേരിക്ക സ്ഥാനഭ്രഷ്ടനാക്കി സുഹാർത്തോ എന്ന പട്ടാളമേധാവിയെ വാഴിച്ചു. പിന്നെ അവിടെ നടന്നത് നരവേട്ടയായിരുന്നു. മുഴുവൻ ഇടതുപക്ഷ അനുഭാവികളെയും അമേരിക്കൻ അനുകൂല പട്ടാളഭരണകൂടം കൊന്നൊടുക്കി. ഇന്തോനേഷ്യ വികസിക്കുന്നു എന്ന് അമേരിക്ക കൊട്ടിപ്പാടി. 'ഏഷ്യയിലെ പുലി'എന്നാണ് ഇന്തോനേഷ്യയെ അമേരിക്ക അന്ന് വിശേഷിപ്പിച്ചത്. അമേരിക്ക ഇടപെട്ടതിനുശേഷമാണ് ഇന്തോനേഷ്യയിലെ സമ്പദ് വ്യവസ്ഥയാകെ തകർന്നത്. ആ രാജ്യത്തിന്റെ ഇന്നത്തെ അവസ്ഥ വളരെ ദയനീയമാണ്. ജോലിയാവശ്യാർത്ഥം അബുദാബി ഇന്തോനേഷ്യൻ എംബസിയിൽ സ്ത്രീകളെക്കൊണ്ട് നിറഞ്ഞിരിക്കുന്നു. മറ്റൊരു അമേരിക്കൻ അധിനിവേശ രാജ്യമായ ഫിലിപ്പീൻസിനെപ്പോലെ ഇന്തോനേഷ്യയിലെ സ്ത്രീകളും ഇവിടെ വളരെ കഷ്ടപ്പെടുന്നു. ഇത്തരത്തിലുള്ള ഓരോ ഏഷ്യൻ രാജ്യത്തിന്റെയും പൗരന്മാരുടെ ദാരുണമായ അവസ്ഥ ഇവിടെ നമുക്ക് നേർക്കാഴ്ചയായി അനുഭവിക്കാൻ കഴിയുന്നു.

വസന്തത്തിലെ എല്ലാ പ്രഭാതങ്ങളിലും ഇവിടെ ധാരാളം ചുവന്ന പൂവുകൾ വിരിയുക പതിവാണ്. പക്ഷികളുടെ കലപില ശബ്ദവും ഇലകളിലെ മർമ്മരവും ഈ മരുഭൂമിയിൽ നിർമ്മിച്ച പൂന്തോട്ടങ്ങളിൽ എനിക്ക് കാണാൻ കഴിയുന്നു. ഇവിടത്തെ പച്ചവിരിച്ച പാതയോരങ്ങളിലൂടെ എന്നും വൈകുന്നേരങ്ങളിൽ നടക്കുക എന്റെ പതിവാണ്. അപ്പോഴൊക്കെ സൗന്ദര്യവും അത്ഭുതവും കളിയാടുന്ന സ്ത്രീമുഖങ്ങളെ എന്നും ഏറെ സംതൃപ്തിയോടെയും ആഹ്ലാദത്തോടെയും നോക്കിക്കണ്ടു. എന്നാൽ

വിഷാദച്ഛായയുള്ള മുഖവുമായി ഒട്ടും ചൈതന്യമില്ലാതെ ഏതാനും സ്ത്രീകൾ പാർക്കുകളിലെ ഒഴിഞ്ഞ ബെഞ്ചുകളിൽ ഏകാന്തരായി ഇരിക്കുന്നതുകണ്ട് സങ്കടം തോന്നിയിട്ടുണ്ട്.

കുടുംബം പോറ്റാനും ജീവിതാവശ്യങ്ങൾക്കുവേണ്ടിയും വികാരങ്ങളെ മനസ്സിലൊതുക്കി അവർ ഇവിടെ ഒറ്റപ്പെട്ടവരായി കഴിഞ്ഞുകൂടുന്നു. ആരെങ്കിലും അവരുടെ വികാരങ്ങളുടെ തന്ത്രികളെ ഒന്നു തൊട്ടുണർത്തിയാൽ പാവം സ്ത്രീകൾ അതിന് വശംവദരായിപ്പോവുന്നു. അവസാനം ചുളിവുവീണ കവിൾത്തടത്തിലൂടെ ഒലിച്ചിറങ്ങുന്ന കണ്ണീരുമായി അവർ ഇരുട്ടുമൂടിയ ഏതെങ്കിലും തടവറകളിൽ നിന്ന് സ്വന്തം നാട്ടിലേക്ക് നിർബ്ബന്ധപൂർവ്വം തിരിച്ചയക്കപ്പെടുന്നു. അസ്തമയ സൂര്യൻ മേഘപാളികളിൽ വർണ്ണങ്ങൾ ചാർത്തുന്ന നേരത്ത് ഞാൻ ഏകാന്തനായി ഇതൊക്കെ ആലോചിച്ചുകൊണ്ട് വീടണഞ്ഞു. ശിശിരവും വേനലും ഗ്രീഷ്മവും അനുഭവിക്കാൻ കഴിയാത്ത എത്രയെത്ര നരജന്മങ്ങൾ ഈ പ്രവാസ ഭൂമിയിൽ എന്നെന്നേക്കുമായി അവരുടെ യൗവനം കനലായ് കത്തിച്ചെരിച്ചുകൊണ്ട് മാഞ്ഞുപോകുന്നു. നിസ്സഹായരുടെ നിലവിളികൾ കേട്ട് ഞാൻ പാതിരാവിലും ഞെട്ടിയുണർന്നു. ഉറക്കം എത്തുംവരെ, സമാധാനം അവർക്കുണ്ടാകട്ടെയെന്ന് ആത്മാർത്ഥമായി ആഗ്രഹിച്ചുകൊണ്ട് ഞാൻ വീണ്ടും കിടക്കുന്നു.

13

മഹാനടനൊപ്പം ഒരു ദിവസം

ആകാശത്തെ നക്ഷത്രത്തിളക്കം കടലോര നഗരത്തിലെ പത്തുനില കെട്ടിടത്തിന്റെ മട്ടുപ്പാവിൽ വന്നു വീണുകൊണ്ടിരുന്നു. അതിന്റെ വെളിച്ചക്കീറുകൾ ഞങ്ങളുടെ ഹൃദയങ്ങളിലും വന്നുതട്ടി, എല്ലാവരുടെ മുഖവും അതിന്റെ പ്രസരിപ്പിൽ ഉത്തേജിതമായിരുന്നു. നഗരഹൃദയമെങ്കിലും തിരക്കിൽനിന്ന് ഒഴിഞ്ഞ് ശാന്തവും സൗമ്യവുമായ അന്തരീക്ഷമായിരുന്നു അവിടെ. എല്ലാവരും രാത്രി എട്ടുമണിയോടെയാണ് എത്തിച്ചേർന്നത്. കൂട്ടത്തിൽ കവികൾ, കലാകാരന്മാർ, ചിത്രകാരന്മാർ, നാടകക്കാർ, സിനിമാസ്വാദകർ, വിമർശകർ, പൊതുപ്രവർത്തകർ എല്ലാവരുമുണ്ട്. മലയാളത്തിന്റെ മഹാനടനുമൊത്തുള്ള കൂടിക്കാഴ്ചയ്ക്കും സംഭാഷണത്തിനും വേണ്ടിയുള്ള ഒത്തുച്ചേരൽ.

തോമസ് വർഗ്ഗീസിന്റെ വിശാലവും വൃത്തിയുള്ളതുമായ ആഡംബര ഫ്ളാറ്റിലാണ് സൗകര്യമൊരുക്കിയിരിക്കുന്നത്. എന്റെ ചിരകാല സുഹൃത്തായ തോമസ് വർഗ്ഗീസ് എഴുത്തുകാരനും ആസ്വാദകനും പൊതുപ്രവർത്തകനുമാണ്. തോമസ് വർഗ്ഗീസ് അവിടെ ഇല്ലായിരുന്നു. ഇൻഷുറൻസ് കമ്പനിയിലെ ഉദ്യോഗസ്ഥനായ അദ്ദേഹം ജോലി ആവശ്യാർത്ഥം വിദേശപര്യടനത്തിലാണ്. അദ്ദേഹത്തിന്റെ അസാന്നിദ്ധ്യം വേവലാതിപ്പെടുത്തിയെങ്കിലും അന്ന് രാവിലെ കിട്ടിയ സന്ദേശം അതിന് അറുതിവരുത്തി. സ്ഥലത്തില്ലെങ്കിലും ഗൃഹനാഥനായി ഞാനവിടെയുണ്ടെന്ന് കരുതണമെന്നും സംഗതികളൊക്കെ വളരെ ഭംഗിയായി നടക്കട്ടെയെന്നും ആശംസിച്ചുകൊണ്ടാണ് അദ്ദേഹം ഫോൺ വെച്ചത്.

മനസ്സും ശരീരവും ആ മഹാനടന്റെ സാന്നിദ്ധ്യത്തിനായി കാത്തിരിക്കുകയായിരുന്നു. മനുഷ്യസ്നേഹിയും പുരോഗമനവാദിയും പ്രതിഭയുടെ നിറസാന്നിദ്ധ്യവുമായ അദ്ദേഹം ഞങ്ങളുടെ അടുത്തേക്ക് പതുക്കെ

നടന്നടുത്തു. അത് മറ്റാരുമായിരുന്നില്ല. മലയാള നാടകവേദിയിലും സിനിമയിലും അഭിനയം കൊണ്ടും ശബ്ദംകൊണ്ടും വ്യക്തിമുദ്ര പതിപ്പിച്ച മുരളിയായിരുന്നു. സിനിമാനടന്റെ ഒരുവിധ വച്ചുകെട്ടും അദ്ദേഹത്തിന് ഇല്ലായിരുന്നു. തന്മയീഭാവമാർന്ന ശൈലിയിൽ എല്ലാവരോടും സൗഹൃദം പങ്കുവച്ചുകൊണ്ട് ഞങ്ങളിലൊരാളായിത്തീർന്നു അദ്ദേഹം. സംഭാഷണങ്ങൾക്കിടെ അല്പം പ്രകോപനപരമായ ചോദ്യമുയർത്തിയ സിനിമാ നാടക പ്രവർത്തകരോടുപോലും സൗമ്യമായ സ്വരത്തിലാണ് അദ്ദേഹം സംസാരിച്ചത്.

ശരീരത്തിന്റെ ഓരോ അണുവിലും പ്രതിഭയും സഹജഭാവവും മനുഷ്യത്വവും കാത്തുസൂക്ഷിച്ച അദ്ദേഹത്തിന് ആരോടും പകയോ ശത്രുതയോ ഉണ്ടായിരുന്നില്ല. ഉടലും ശബ്ദവും ഭാവവും ചേതോവികാരങ്ങളും സമർപ്പിത മനസ്സുപോലെ നിഷ്കളങ്കമായിരുന്നു. ആകെ കാണാൻ കഴിഞ്ഞ ചപലത (ഞാനതിനെ അങ്ങനെ വിളിക്കുന്നു) സ്വശരീരത്തോട് ഒട്ടും മമത കാണിക്കാത്ത ധൂർത്തമായ മദ്യസേവയായിരുന്നു.

ഭരത് മുരളി

രാവിലെ മുതൽ മുരളിയുമൊത്തുള്ള യാത്രയിലും സംസാരത്തിലും അദ്ദേഹത്തിന്റെ വിപുലമായ വായനയുടെയും അപാരമായ ആസ്വാദനത്തിന്റെയും ആഴം നേരിട്ട് അറിയാൻ സാധിച്ചു. യാത്രയിൽ കവികളായ അനിലും അനൂപ് ചന്ദ്രനും നിർത്താതെ സംസാരിച്ചുകൊണ്ടിരുന്നു. ഇടയ്ക്കിടെ കവിത ചൊല്ലി മുരളിയെ ആഹ്ലാദിപ്പിച്ചു. മുരളിയും ഒട്ടും പിന്നിലായിരുന്നില്ല. അദ്ദേഹവും ഇടയ്ക്കിടെ കടമ്മനിട്ടയുടെയും ചുള്ളിക്കാടിന്റെയും മറ്റും കവിതകൾ ആലപിക്കുന്നുണ്ടായിരുന്നു. ലോകോത്തര സിനിമകളെക്കുറിച്ചും താൻ കണ്ട നാടകങ്ങളെക്കുറിച്ചും മുരളി വാതോരാതെ സംസാരിച്ചു. അതായിരുന്നു ഞാൻ അറിഞ്ഞ ആ മഹാനടൻ.

അന്ന് വൈകുന്നേരം അബുദാബിയിലെ കൾച്ചറൽ ഫൗണ്ടേഷനിൽ മുരളി പ്രധാനവേഷം ചെയ്ത രണ്ടു ഫീച്ചർ ചിത്രങ്ങളുടെ പ്രദർശനവും ഒരുക്കിയിരുന്നു. മുരളിക്ക് അത് വളരെ ഇഷ്ടവുമായി. പി ടി കുഞ്ഞുമുഹമ്മദ് സംവിധാനം ചെയ്ത *മഗ്‌രിബ്, ഗർഷോം* എന്നീ ചിത്രങ്ങളായിരുന്നു അത്. പ്രദർശനശേഷം സിനിമയെ സംബന്ധിച്ച് ഓപ്പൺ ഫോറവും

സംഘടിപ്പിച്ചിരുന്നു. ഓപ്പൺ ഫോറത്തിൽ മുരളിയും പങ്കെടുത്തു. ഒരു ചോദ്യത്തിനു മാത്രം മുരളി കൃത്യമായ ഉത്തരം നല്കി. ആ ചോദ്യം ഇതായിരുന്നു. "*ഗർഷോം* എന്ന സിനിമയിൽ ഗൾഫിലും നാട്ടിലും ജീവിത പരാജയങ്ങൾ മാത്രം ഏറ്റുവാങ്ങാൻ വിധിക്കപ്പെട്ട ഒരാളുടെ കഥയ്ക്കാണല്ലോ നിങ്ങൾ ആവിഷ്കാരം നല്കാൻ ശ്രമിച്ചത്. എന്നാൽ ഗൾഫിൽ എത്തിപ്പെടുന്ന നൂറ് ആളുകളിൽ എൺപത് ശതമാനം ആളുകളും ജീവിത വിജയം വരിച്ചവരാണല്ലോ? എന്തുകൊണ്ടാണ് ഇരുപത് ശതമാനം മാത്രം വരുന്ന ജീവിത പരാജയങ്ങൾ ഏറ്റുവാങ്ങിയവരുടെ കഥയ്ക്ക് ഇത്ര ഊന്നൽ നല്കിയത്?"

അതിന് മുരളിയുടെ ഉത്തരം വ്യക്തവും കൃത്യവുമായിരുന്നു:

"ഈ സിനിമയിൽ നാസർ എന്ന കഥാപാത്രത്തെയാണ് ഞാൻ പ്രതിനിധീകരിച്ചത്. അദ്ദേഹം എവിടെയും ജീവിതപരാജയം മാത്രം ഏറ്റുവാങ്ങുന്നു. കുടുംബത്തിൽ, സമൂഹത്തിൽ, മറുനാട്ടിൽ, എന്നാൽ അദ്ദേഹം ഉയർത്തിപ്പിടിക്കുന്ന പാവനമായ ഒരു സന്ദേശവും ഈ സിനിമ മുന്നോട്ടുവയ്ക്കുന്നുണ്ട്. രണ്ടു കാര്യങ്ങളാണ് സംവിധായകൻ ഈ സിനിമയിൽ പറയാൻ ശ്രമിച്ചത്. ഒന്ന്, ആദർശ ജീവിതം സാധാരണ മനുഷ്യജീവിതത്തെ തടസ്സപ്പെടുത്തുമോ? രണ്ട്, വിജയിക്കുന്നവരുടെ മാത്രമാണോ ഈ ലോകം? വിജയിക്കുന്ന അനേകായിരത്തിൽ ഒരാളുടെ കഥയല്ല *ഗർഷോം* മുന്നോട്ടുവയ്ക്കുന്നത് എന്ന് ഞാൻ മനസ്സിലാക്കുന്നു. മറിച്ച് തോറ്റുപോയ ഒരാളുടെ കഥയാണത്. ഇതൊന്നും ശ്രദ്ധിക്കാതെ അലസമായി രചന നിർവ്വഹിക്കുകയും സംവിധാനം നടത്തുകയും ഞാനടക്കമുള്ള ആളുകൾ അഭിനയിക്കുകയും ചെയ്യുന്ന ലാഭത്തെ മാത്രം മുൻനിർത്തിയുള്ള സിനിമയും ഇവിടെ ഉണ്ടാക്കപ്പെടുന്നുണ്ട്. ഇതെല്ലാം കച്ചവട ഉല്പന്നങ്ങളായാണ് വിപണിയിൽ എത്തുന്നത്. അതിനെ അത്തരത്തിലേ ജനം പോലും കരുതുന്നുള്ളൂ."

മുരളിക്ക് ഷാർജയിലേക്ക് തിരിച്ചുള്ള യാത്രയ്ക്ക് സമയം ആയിരിക്കുന്നു. രാത്രി ഒരിക്കലും അവസാനിക്കരുതേ എന്നായിരുന്നു എല്ലാവരുടേയും മനസ്സിനെ മഥിച്ച വികാരം. കാരണം ഞങ്ങളെല്ലാവരും അന്നേ ദിവസം മുരളിക്കൊപ്പം ജീവിതം ആഘോഷിക്കുകയായിരുന്നു. മുരളിയുടെ യാത്രപറച്ചിൽ ഏറെ വികാരസാന്ദ്രമായിരുന്നു. ഇനിയുമൊരിക്കൽ കൂടിച്ചേരാൻ അവസരമുണ്ടാകട്ടെ എന്ന് ഞാൻ എല്ലാവർക്കുംവേണ്ടി അദ്ദേഹത്തിന് യാത്രാഭിവാദ്യം നല്കി. അപ്പോൾ മുരളി പറയുകയായിരുന്നു. "നാം എന്തൊക്കെ സംസാരിച്ചാലും പരസ്പരം ഏത് ആശയങ്ങൾ പങ്കുവച്ചാലും മനുഷ്യസമൂഹത്തിന്റെ അടിസ്ഥാന വാഞ്ഛ ഒന്നുമാത്രമാണെന്നാണ് ഞാൻ മനസ്സിലാക്കിയിട്ടുള്ളത്. ഒരു സംശയവുമില്ലാതെ എനിക്ക് നിങ്ങളോടത് പറയാൻ കഴിയും; മനുഷ്യസ്നേഹം മാത്രമാണ് അതെന്ന്. അതുകൊണ്ടായിരിക്കാം മഹാനായ കാൾ മാർക്സ് നമ്മോട് പറഞ്ഞത് അന്യന്റെ വാക്കുകൾ സംഗീതം പോലെ അപരൻ ആസ്വദിക്കുന്ന ഒരു കാലം വരുമെന്ന്. അതിനായിരിക്കട്ടെ നമ്മുടെ കഠിന

ശ്രമങ്ങൾ" മുരളി പറഞ്ഞുനിർത്തി.

ശ്വാസവായുപോലെയാണ് നാടകവും കലാപ്രവർത്തനങ്ങളുമെന്ന ബോധം മനസ്സിൽ ഉറച്ചുപോയ കുറെ ചെറുപ്പക്കാർ ജീവസന്ധാരണത്തിനായി കടലുകൾ കടന്നെത്തി മരുഭൂമിയിലെ ഒരു കൊച്ചുമുറിയിലിരുന്ന് അവതരണ യോഗ്യമായ നാടകം തിരഞ്ഞ് തലപുകച്ച ഒരവധി ദിവസം. അവസാനം, കാത്തിരുന്ന നിധിപോലെ ഒരു നാടകം ഉയർന്നുവന്നു. നാടകത്തിന്റെ പേര് 'വിധി നടത്തിപ്പ്.' എന്തുകൊണ്ടും മേന്മയേറിയതെന്ന അവിടെ കൂടിയ ഏവരുടെയും അഭിപ്രായത്തിനൊടുവിൽ 'വിധി നടത്തിപ്പ്' അവതരണത്തിനായി തെരഞ്ഞെടുത്തു. അതിന്റെ സംവിധാനച്ചുമതല എനിക്കായിരുന്നു.

ആഴ്ചകൾ നീണ്ട ഉറക്കമൊഴിഞ്ഞുള്ള റിഹേഴ്സലിനൊടുവിൽ പ്രേക്ഷകരുടെ ചിന്തയെ ആഴത്തിൽ സ്പർശിക്കും വിധം നാടകം രംഗവിജയം നേടി. രചയിതാവിനെ അറിയാതെയും അറിയിക്കാതെയും മറുനാട്ടിൽ നാടകം അവതരിപ്പിക്കുകയും വിജയം നേടുകയും ചെയ്ത് കുറേ നാളുകൾ കഴിഞ്ഞ് നാടക സംവിധായകനായ ഞാൻ നാടകകൃത്തിനെ ത്തേടി അദ്ദേഹത്തിന്റെ കണ്ണൂരിലുള്ള പന്നേൻപാറയിലെ വീട്ടിൽ ചെല്ലുന്നു. സ്വയം പരിചയപ്പെടുത്തിയപ്പോൾ, വളച്ചുകെട്ടലോ നാട്യങ്ങളോ ഒന്നുമില്ലാതെ നാടകം എന്റെ സ്വന്തം രചനയല്ലെന്നും കാഫ്കയുടെ ഒരു ചെറുകഥയുടെ പുനരാവിഷ്കാരമാണെന്നും പറയുന്നു. അത്രയുമായപ്പോഴേക്കും നാടകകൃത്തിനോടുള്ള മതിപ്പ്, ആരാധനയും ബഹുമാനവും കലർന്ന ഗുരുപൂജയായി മാറിയിരുന്നു എന്റെ മനസ്സിൽ.

നാടകകൃത്ത് മലയാള സാഹിത്യ നിരൂപണ രംഗത്ത് തന്റേതായ വേറിട്ട പാത വെട്ടിത്തുറന്ന, ഞങ്ങളെല്ലാവരും സുകുമാരൻ മാഷ് എന്നു വിളിക്കുന്ന സാക്ഷാൽ ഡോ. ടി പി സുകുമാരൻ മാഷുമായി ഏറെ പ്രായവ്യത്യാസം ഉണ്ടെങ്കിലും ഞങ്ങളോടൊക്കെ കൂട്ടുകാരോടെന്നപോലെയാണ് പെരുമാറിയിരുന്നത്. കണ്ണൂർ നഗരത്തിനടുത്തുള്ള പന്നേൻപാറയിൽനിന്നും മാഷും ടീച്ചറും മക്കളും പെട്ടിപ്പീടികയിൽ സ്വന്തമായി വീട് പണിത് താമസമാക്കിയപ്പോൾ ഞങ്ങളുടെ താവളം അതായി മാറി. പിന്നീടുള്ള ഓരോ അവധിക്കാല വൈകുന്നേരങ്ങളിലും ഞാൻ മാഷെ തേടി അവിടെ ചെല്ലുക പതിവായി. ചിലപ്പോൾ ടീച്ചർ ജോലി കഴിഞ്ഞ് തിരിച്ചെത്തിയിട്ടുണ്ടാവില്ല. കുറച്ചു സമയത്തെ കുശലാന്വേഷണങ്ങൾക്കുശേഷം മാഷ് വെള്ളമുണ്ടും ഷർട്ടും എടുത്തണിയുന്നു. കീശയിൽനിന്ന് തീപ്പെട്ടി തപ്പിയെടുത്ത് ദിനേശ് ബീഡിക്ക് തീ പിടിപ്പിക്കുന്നു. ഒന്ന് എനിക്കും തരുന്നു. കുറച്ചു പൈസയെടുത്ത് മുട്ടോളം തെറുത്തു വയ്ക്കുന്ന ഷർട്ടിന്റെ കൈമടക്ക് പാളിയിൽ വെക്കുന്നു. പിന്നെ ടൗണിലേക്കാണ് യാത്ര. നേരെ *ദേശാഭിമാനി* ബുക്ക്സ്റ്റാളിലേക്ക് കയറി ചെല്ലുന്നു. അവിടെ ഒരുപക്ഷേ, കഥാകൃത്ത് കെ ടി ബാബുരാജ് ഉണ്ടാവും. അയാളും ഞങ്ങളുടെ കൂടെ ചേരുന്നു. വൈകുന്നേരം നാല് മുപ്പതിനുള്ള തീവണ്ടിയിൽ കോഴിക്കോട് നിന്ന് പ്രസന്നൻ എത്തുന്നതോടെ

ടൗണിലൂടെയുള്ള ഞങ്ങളുടെ നടത്തം ആരംഭിക്കുന്നു. അന്നത്തെ കണ്ണൂർ നഗരത്തിന് ഇത്ര തിരക്കില്ലായിരുന്നു. പിന്നെ മാഷ് പറയുന്നു 'നമുക്കൊരു ചായ കഴിക്കാം. അല്ലേ?' ഏതെങ്കിലും ചായക്കടയിൽ കയറി ചായ കഴിക്കുന്നു.

ലോകത്തുള്ള സകലമാന വിഷയങ്ങളെക്കുറിച്ചും സംസാരിച്ചും തർക്കിച്ചും വീട്ടിലേക്ക് തിരിക്കുന്നു. കൂടെ വീട്ടിലേക്കുള്ള പലവ്യഞ്ജനങ്ങളും വാങ്ങുന്നു. വീട്ടിലെത്തിയ ഉടനെ പലവ്യഞ്ജനങ്ങൾ അടുക്കളയിൽവച്ച് വീണ്ടും സംസാരവും ബഹളവും. അതിനിടയിൽ മാഷ് മൃദംഗം കൈയിലെടുക്കുന്നു. പതുക്കെ വായന തുടങ്ങുന്നു. അവസാനം ദ്രുത താളത്തിൽ അത് അവസാനിക്കുന്നു. ഭക്ഷണത്തോടെ ഞങ്ങൾ പിരിയുന്നു. ഇത്തരം തന്മയീഭാവമാർന്ന സ്വഭാവം കൊണ്ടായിരിക്കാം പ്രശസ്ത കഥാകൃത്ത് ടി എൻ പ്രകാശ് മാഷെക്കുറിച്ച് എഴുതിയ ചരമക്കുറിപ്പിന് 'നഗരത്തിലെ കാട്ടാളൻ' എന്ന പേര് കൊടുത്തിട്ടുണ്ടാവുക. അദ്ദേഹത്തിന്റെ ദേഹവിയോഗത്തിനുശേഷം കവി ഒ എം രാമകൃഷ്ണൻ ഡോ. ടി പി സുകുമാരന് സമർപ്പിച്ചെഴുതിയ 'സ്നേഹപ്രാകൃതൻ' എന്ന കവിതയിലെ വരികൾ സുകുമാരൻ മാഷിന്റെ തുടിക്കുന്ന ജീവിതത്തിന്റെ നേർക്കാഴ്ചയാണ്. സുകുമാരൻ മാഷ് നമ്മെ വിട്ടുപോയി, തന്റെ കവിതയിൽ മാഷെക്കുറിച്ച് ഒ എം രാമകൃഷ്ണൻ കുറിച്ചിട്ട വാക്കുകളിൽ മാഷ് പല രൂപത്തിൽ എന്റെ മനസ്സിൽ ഇന്നും പുനർജ്ജനിക്കുന്നു.

'എങ്ങും പരക്കുന്നു നിൻചിരി
നിലാവുപോൽ മുറിയാത്ത മൃദുഭാഷണം
മിഴികളിൽ കെടാത്ത പുലരികൾ
മയങ്ങാത്ത സ്വനസന്ധ്യകൾ
നോക്കിൽ ചൂഴ്ന്നിറങ്ങുന്ന കന്യാവനഗഹനത
നിൻ സ്പർശമപാര വേദന താങ്ങും
ഭ്രാതൃസാന്ത്വനം'

സുകുമാരൻ മാസ്റ്റർ ഏതെങ്കിലും ഒരു ചെപ്പിലൊതുക്കാൻ പാകത്തിലുള്ള ഒരാളായിരുന്നില്ല. സർവ്വകലാവല്ലഭൻ എന്നു വിശേഷിപ്പിക്കാവുന്ന പ്രതിഭ. സാഹിത്യം, അദ്ധ്യാപനം, വാദ്യകല, ചിത്രകല, നാടകം, പരിസ്ഥിതി, ഫോക്‌ലോർ, പ്രസംഗം, നിരൂപണം തുടങ്ങി മാഷ് കൈവയ്ക്കാത്ത കലാമേഖലകൾ കുറവായിരുന്നു. സംഘവേദി അബുദാബിയുടെ വിധി നടത്തിപ്പ് എന്ന നാടക അവതരണത്തിനുശേഷം വർഷങ്ങൾ കഴിഞ്ഞാണ് അബുദാബിയിൽ മലയാളി സമാജത്തിൽ ഒരു നാടക മത്സരം അരങ്ങേറുന്നത്. ആ മത്സരത്തിൽ ഭാവന അബുദാബിക്കുവേണ്ടി എന്റെ സുഹൃത്തും നാടക പ്രിയനുമായ ഉള്ളാട്ടിൽ അച്ചു സംവിധാനം ചെയ്ത് മുഖ്യകഥാപാത്രത്തെ രംഗത്ത് അവതരിപ്പിച്ച നാടകം ടി പി സുകുമാരൻ മാഷുടെ നാടകമായിരുന്നു.

സുകുമാരൻ മാഷ് രചന നിർവ്വഹിച്ച് കേരളത്തിലാകമാനം ധാരാളം സ്റ്റേജുകളിൽ അവതരിപ്പിക്കുകയും പ്രേക്ഷകമനസ്സിനെ കീഴ്പ്പെടുത്തു

കയും ചെയ്ത നാടകങ്ങളിലൊന്നായ *ആയ്ചേരി വല്യെശ്ശമാനൻ* എന്ന നാടകമായിരുന്നു അത്. ഈ നാടകമത്സരത്തിന്റെ വിധികർത്താവായാണ് പിന്നീട് പ്രശസ്തനായ സിനിമാനടനായിത്തീർന്ന നിരൂപകനും നാടക രചയിതാവും ഇംഗ്ലീഷ് അദ്ധ്യാപകനുമൊക്കെയായ ആർ നരേന്ദ്രപ്രസാദ് അബുദാബിയിൽ എത്തുന്നത്. *ആയഞ്ചേരി വല്യെശ്ശമാനൻ* വളരെ ഭംഗിയായി അവതരിപ്പിക്കാൻ അബുദാബിയിലെ ഭാവന തിയേറ്റേഴ്സിനും അച്ചുവിനും കഴിഞ്ഞു. അതുകൊണ്ടാണ് നരേന്ദ്രപ്രസാദ് ഈ നാടകത്തിന് ഒന്നാം സമ്മാനം നല്കിയതും പുകഴ്ത്തിയതും.

സമാജത്തിന്റെ നാടക മത്സരത്തിന് വിധി പ്രഖ്യാപിച്ചുകൊണ്ട് നരേന്ദ്രപ്രസാദ് എഴുതിയ റിപ്പോർട്ടിൽ *ആയഞ്ചേരി വല്യെശ്ശമാനൻ* എന്ന നാടകത്തിന് ഒന്നാം സ്ഥാനം നല്കിയതിന് കാരണമായി പറഞ്ഞത് ഈ നാടകത്തിൽ മഹാനായ ജർമ്മൻ നാടകകാരൻ ബ്രെഹ്തോൾട് ബ്രെഹ്ത്തിന്റെ അന്യവല്ക്കരണ നാടകസങ്കേതമാണ് ഉപയോഗിച്ചിരിക്കുന്നത് എന്നാണ്. നാടകത്തിൽ വെറും കാണിയായ ഒരാൾ, വല്യെശ്ശമാനൻ നാടകസ്റ്റേജിൽ കയറിയിരിക്കുകയും ഇടയ്ക്കിടെ നാടകത്തിൽ ഇടപെടുകയും ചെയ്യുന്ന പുതുമയാർന്ന അവതരണരീതിയിലാണു നാടകം അരങ്ങേറുന്നത്. ഈ നാടകം നാടകമെന്ന സങ്കേതത്തെത്തന്നെ മറികടക്കുകയും ജീവിതവും നാടകവും തിരിച്ചറിയാൻ കഴിയാത്ത വിധമുള്ള പ്രത്യേക അവസ്ഥയിലേക്ക് പ്രേക്ഷക മനസ്സിനെ കൊണ്ടുചെന്നെത്തിക്കുകയും ചെയ്യുന്നു.

ടി പി സുകുമാരൻ മാഷുമായി ഈ നാടകത്തെക്കുറിച്ച് സംസാരിച്ചതിൽനിന്നും മനസ്സിലാക്കാൻ സാധിച്ചത് അന്യവല്ക്കരണ സിദ്ധാന്തം ഉപയോഗിച്ചല്ല നാടകം രചിച്ചത് എന്നാണ്. മലബാർ പ്രദേശത്ത് മാത്രം നിലനില്ക്കുന്ന വെള്ളരി നാടകമെന്ന ഒരു നാടകരീതിയാണ് ഈ നാടകത്തിൽ സങ്കേതമായി അദ്ദേഹം ഉപയോഗിച്ചത്. പ്രധാനകൃഷിയായ നെല്ലിന്റെ കൊയ്ത്തുകഴിഞ്ഞ് വേനല്ക്കാലമായാൽ വെള്ളരി കൃഷി ചെയ്ത് കായ് പറിക്കാറാകുമ്പോൾ കാവലിനായി എത്തുന്ന ചെറുപ്പക്കാർ അവിടെ ഏറുമാടം പോലെ ഒരു പുര കെട്ടിയുണ്ടാക്കുകയും രാത്രി നേരംപോക്കിന് പല വേഷങ്ങൾ കെട്ടി നാടകം അഭിനയിക്കുകയും ചെയ്യുന്ന സമ്പ്രദായം മലബാറിൽ പണ്ടുകാലത്ത് നിലനിന്നിരുന്നു.

സ്വന്തമായി നേരമ്പോക്കിനുവേണ്ടി ഉണ്ടാക്കുന്ന ഈ പ്രഹസന നാടകങ്ങൾ ഗ്രാമത്തിലെ മുഴുവൻ ആളുകളെയും ആകർഷിക്കുകയും അത് നാട്ടിലെ കൊല്ലും കൊലയ്ക്കും അധികാരമുള്ള യശമാനന്മാരെ കൂടി സ്വാധീനിക്കുകയും യശമാനന്മാർ ശിങ്കിടികളുമായി നാടകം കാണാൻ വരികയും അക്കാലങ്ങളിൽ പതിവായിരുന്നു. നാടകം കാണാൻ വരുന്ന സാധാരണ കാണികളുടെ കൂടെ യശമാനന്മാർ ഇരിക്കുകയില്ല. സ്റ്റേജിൽ കസേരയിലാണ് അവർ ഇരിപ്പുറപ്പിക്കുക. പിന്നീട് യശമാനന്റെ കൂടി ഇംഗിതമനുസരിച്ചാണ് നാടകം മുന്നോട്ടുപോവുക. നാടകത്തിലെ ഒരു രംഗം ഒന്നുകൂടി അവതരിപ്പിക്കണമെന്ന് യശമാനൻ പറഞ്ഞാൽ

അത് ചെയ്യാതിരിക്കാൻ നാടകക്കാർക്ക് നിവൃത്തിയൊന്നുമില്ലായിരുന്നു. ഈ നാടകങ്ങളിൽ അക്കാലത്ത് ചെറുപ്പക്കാർ തന്നെയാണ് സ്ത്രീവേഷവും കെട്ടുക പതിവ്. ചമയം കൊണ്ടും രൂപലാവണ്യം കൊണ്ടും ഒറിജിനൽ സ്ത്രീകളെ വെല്ലുന്ന ചെറുപ്പക്കാർ വേദികളിൽ അക്കാലത്ത് നിറഞ്ഞാടി. അങ്ങനെ സ്ത്രീവേഷം കെട്ടി വന്ന ചെറുപ്പക്കാരനെ കണ്ട യശമാനൻ കാമപരവശനായി പുളകം കൊള്ളുകയും അയാൾക്ക്

ലൈംഗികപൂരണം നടന്നുപോവുകയും ചെയ്യുന്ന സംഭവം ആക്ഷേപ ഹാസ്യരൂപത്തിൽ വളരെ മനോഹരമായി ഇതിൽ അവതരിപ്പിക്കുന്നുണ്ട്. ഇത്തരം സ്ത്രീവേഷം കെട്ടിയ ചെറുപ്പക്കാരെ ഭോഗലാലസരായ യശമാനന്മാർ വീട്ടിലേക്ക് ക്ഷണിക്കുന്ന പതിവും അക്കാലത്ത് നിലനിന്നിരുന്നുവത്രെ.

ആയഞ്ചേരി വല്യെശ്ശമാനൻ അവതരിപ്പിക്കുന്നതിന് നടികളുടെ ആവശ്യകത ഉദിക്കുന്നില്ലെന്നു മാത്രമല്ല പ്രസ്തുത നാടകത്തിൽ സ്ത്രീ കഥാപാത്രങ്ങളെ അവതരിപ്പിക്കേണ്ടത് സ്ത്രീ വേഷം കെട്ടിയ പുരുഷന്മാരായിരിക്കണമെന്ന് നിർബ്ബന്ധവും നാടകകൃത്തിനുണ്ട്. കാരണം ഈ നാടകത്തിന്റെ ഘടനയുമായി അത് ഏറെ ബന്ധപ്പെട്ടിരിക്കുന്നു. മാത്രമല്ല അന്നത്തെ സാഹചര്യത്തിൽ നാട്ടിൽ സ്ത്രീകളെ നാടകം കളിക്കാൻ കിട്ടുക അസാദ്ധ്യവുമായിരുന്നിരിക്കണം. അഭിനയത്തിനുവേണ്ടിയുള്ള സ്ത്രീലഭ്യതയുടെ കാര്യത്തിൽ ഇതേ അവസ്ഥയിലായിരുന്നു അബുദാബി മലയാളികൾക്കിടയിലെ ആദ്യകാല നാടകരംഗവും. അക്കാലത്ത് സ്ഥിരമായി സ്ത്രീവേഷം ചെയ്തുകൊണ്ടിരുന്ന ധാരാളം പുരുഷ കേസരികൾ ഇവിടെ ഉണ്ടായിരുന്നു. ഇതേ അവസ്ഥ വളരെക്കാലം തുടരുകയുണ്ടായി. അതുകൊണ്ടുതന്നെ ഞങ്ങൾ രംഗത്ത് അവതരിപ്പിക്കാൻ നാടകങ്ങൾ തെരഞ്ഞെടുക്കുമ്പോൾ സ്ത്രീ കഥാപാത്രങ്ങളില്ലാത്ത നാടകങ്ങളാണ് തെരഞ്ഞെടുക്കുക. ഇതിന് പിന്നീട് മാറ്റം വന്നെങ്കിലും അക്കാലത്ത് അബുദാബിയിൽ അവതരിപ്പിക്കപ്പെടുന്ന എല്ലാ നാടകങ്ങളിലും ഒരേ നടിയാണ് രംഗത്തുണ്ടാവുക.

അബുദാബിയിലെ നാടകങ്ങളിൽ വേഷം ചെയ്തു വന്നത് അനുശ്രീയെന്ന കുടുംബിനിയായിരുന്നു. ഭർത്താവും മക്കളും ഉപേക്ഷിച്ച അവർ നാടകാഭിനയം ഇല്ലാത്ത കാലയളവിൽ സമ്പന്ന അറബി വീടുകളിൽ ആയയായി ജോലി നോക്കും. വിസ കാലാവധി കഴിഞ്ഞിട്ടും അബുദാബിയിൽ തങ്ങിയ അവർ ജയിലിലുമായി. നല്ല കാലത്ത് അനുശ്രീയെ നാടകത്തിന് ഉപയോഗപ്പെടുത്തിയവർ നിർദ്ദയം കൈവെടിഞ്ഞു. അബുദാബിയിൽ നിയമപരമല്ലാത്ത കുടിയേറ്റത്തിന്റെ പേരിൽ പുറത്താക്കൽ കാത്ത് നില്ക്കുന്നവരെ പാർപ്പിക്കുന്ന ജയിലിലാണ് ഒടുക്കം അവർ എത്തപ്പെട്ടത്. ജയിലിൽ അകപ്പെട്ടുപോയ ഒരാളെ അന്വേഷിച്ചാണ് ഞാൻ അവിടെ ചെന്നത്. യാദൃച്ഛികമെന്നോണം ഈ പാവപ്പെട്ട സ്ത്രീയെ അവിടെ കണ്ടുമുട്ടുകയായിരുന്നു.

ഞാൻ അവരെ തിരിച്ചറിയുകയും മുറിയിലേക്ക് കടന്നു ചെല്ലുകയും ചെയ്തു. വായു കെട്ടിക്കിടന്ന് ദുർഗ്ഗന്ധം വമിക്കുന്ന ഒരു കൊച്ചുമുറിയിലാണ് അനുശ്രീ കിടക്കുന്നത്. ഇരുട്ടിനെ മനസ്സിലാക്കാനെന്നോണം കുറഞ്ഞ വോൾട്ടേജിലുള്ള വൈദ്യുതി വിളക്കിന്റെ വെളിച്ചം അവിടെ പരന്നിരുന്നു. ഈ നശിച്ച ലോകത്തിന്റെ ക്രൂരതയിൽനിന്നും അഭയം തേടാനെന്നപോലെ ഇരുമ്പ് കട്ടിലിൽ ചുരുണ്ടുകൂടി അവർ കിടക്കുന്ന കാഴ്ച ദയനീയമായിരുന്നു. ഒരുപക്ഷേ, മനുഷ്യരുടെ ഹൃദയങ്ങളിൽ ഉള്ള

തിനേക്കാൾ കാരുണ്യവും മൃദുലതയും അവിടത്തെ ചുമർ ഭിത്തികളിൽ അവർ കാണുന്നുണ്ടാവണം. ആ കാഴ്ച കണ്ടപ്പോൾ ഏതോ നാടകത്തിൽ താൻ അഭിനയിക്കേണ്ട തടവുകാരിയുടെ ദയനീയമായ നിസ്സഹായത അതേപടി അറംപറ്റി അവരുടെ ജീവിതത്തിൽ വന്നുവീണതായിരിക്കുമെന്ന് എനിക്ക് തോന്നി.

ഞാൻ അവരുടെ ശയ്യക്കരികിലേക്ക് നീങ്ങിനിന്നു. അവരിൽനിന്നും പുറത്തുവന്ന വാക്കുകൾ മനസ്സിനെ ഏറെ വേദനിപ്പിച്ചു. ഉള്ളിൽ തിളയ്ക്കുന്ന വികാര വിക്ഷോഭങ്ങൾ അടക്കിപ്പിടിച്ചുകൊണ്ടു ഞാൻ അവരോട് സാന്ത്വന വാക്കുകൾ ഉരുവിട്ടു. അസ്തമയ സൂര്യന്റെ ശോഭയേറ്റ് തിളങ്ങുന്ന മേഘപാളികൾപോലെ അവരുടെ മുഖം ഒരു മങ്ങലോടെ തിളങ്ങി. ജീവിതത്തിന്റെ വസന്തകാലത്തെ ഓർത്തുകൊണ്ട് കുറച്ചുനേരം സംസാരിച്ചു. ഗ്രീഷ്മത്തിലെ പ്രഭാതം പോലെ പ്രസന്നമായിരുന്നു ആ മുറിയിൽ നിന്നും ഇറങ്ങി വരുമ്പോൾ മനസ്സ്. യു എ ഇയിലെ എമിഗ്രേഷൻ വകുപ്പ് ഹെഡ് ക്വോർട്ടേഴ്സിൽ ജോലി ചെയ്യുന്നതിനാൽ കുടിയേറ്റവുമായി ബന്ധപ്പെട്ട അവരുടെ പ്രശ്നങ്ങൾ പരിഹരിക്കുന്നതിന് എന്തെങ്കിലും ചെയ്യുക എളുപ്പമായിരുന്നു. ഒട്ടൊരു പരിശ്രമത്തിന്റെ ഫലമായി അനുശ്രീ വൈകാതെ ജയിൽമോചിതയായി.

കലാസാഹിത്യ ചരിത്രത്തിൽ വ്യക്തിമുദ്ര പതിപ്പിച്ചു കടന്നുപോയ എല്ലാവരാലും അറിയപ്പെടുന്ന അനേകം കലാകാരന്മാരും കലാകാരികളും നമ്മുടെ മുന്നിലുണ്ട്. അതിൽ പലരെയും ഓരോരാൾക്കും വ്യക്തിപരമായോ അല്ലാതെയോ അറിയാം. എന്നാൽ അറിയപ്പെടാത്തവരായി ചരിത്രമാകേണ്ടിവന്ന കലാകാരികളുടെ കലാകാരന്മാരുടെ ശ്രേണിയിൽ ഒരുവളാണ് അനുശ്രീ. അവർ ഓർക്കപ്പെടേണ്ട കേവലമായ ഒരു നാമം മാത്രമല്ലെന്ന് നമുക്ക് അസന്ദിഗ്ദ്ധമായി പറയേണ്ടിയിരിക്കുന്നു. കാരണം നമുക്കിടയിൽ കലയ്ക്കും സംസ്കാരത്തിനുംവേണ്ടി ജീവിതം ഹോമിക്കേണ്ടിവന്നവരുടെ ചരിത്രം ഓർമ്മിക്കപ്പെടാതെ മൺമറഞ്ഞുപോകുക എന്നത് നാം നമ്മോടുതന്നെ ചെയ്യുന്ന നീതീകരിക്കാനാവാത്ത തെറ്റാണ്.

ഇതെഴുതുമ്പോൾ സുകുമാരൻ മാസ്റ്റർ, നരേന്ദ്രപ്രസാദ്, അനുശ്രീ അവരുടെ കലാപരമായ കഴിവുകളും സർഗ്ഗദാനങ്ങളും ഹൃദയത്തിൽ നിറഞ്ഞ് പ്രവഹിക്കുന്ന അനുഭവമാണുള്ളത്. മൃത്യുവിന്റെ നിഴൽപോലെ ആഴമേറിയ നിശ്ശബ്ദത അതിനുണ്ടെങ്കിലും അവരുടെ വാക്കുകളും പ്രവൃത്തികളും അനുഭവവേദ്യമാണ്. അവ മനസ്സിനെ വന്നു പൊതിയുന്നുണ്ട്. നൂറ്റാണ്ടുകൾക്ക് മുമ്പ് കടന്നുപോയ തലമുറകളുടെ പ്രയത്നങ്ങളെ കാലത്തിന്റെ പാദങ്ങൾ തുടച്ചു മാറ്റിയിട്ടുണ്ടാവാം. ഒരുപക്ഷേ, ജീവിതത്തിന്റെ വേഗതയാർന്ന വെള്ളപ്പാച്ചിലിൽ എന്നേക്കുമായി മായ്ക്കപ്പെട്ടേക്കാം. എങ്കിലും ചാരത്തെ മായ്ച്ച് തെളിയുന്ന കനൽപോലെ ചിലരുടെ മനസ്സിലെങ്കിലും ഈ പ്രതിഭകൾ ഇടയ്ക്കിടെ തിളങ്ങിക്കൊണ്ടിരിക്കും; തീർച്ച.

14

വന്യമായ സാഹസികയാത്ര

ജീവിതത്തിലെ അനുഭവ മുഹൂർത്തങ്ങൾ ഒന്നിനുപിറകെ ഒന്നായി ഹൃദയാന്തരാളത്തിൽ കുഞ്ഞുവീടുകൾ കെട്ടിപ്പാർക്കുന്നു. ഓർമ്മയുടെ തിരശ്ശീല വകഞ്ഞുമാറ്റി ഞാൻ നീലനിറമാർന്ന അതിന്റെ ചില്ലുജാലകത്തിലൂടെ വീണ്ടും വീണ്ടും അകത്തേക്കു നോക്കുന്നു. അകം നിറയെ പ്രകാശമാനമായ കാഴ്ചകൾ. ചിലവ അറിവും തൃപ്തിയും ആനന്ദവും തന്നത്, മറ്റു ചിലവ മടുപ്പും അങ്കലാപ്പുകളും തന്നത്. സമ്മിശ്രമായിക്കിടക്കുന്ന അതിൽനിന്നും മരുഭൂമിയിലൂടെയുള്ള സാഹസികവും വന്യവുമായ ഒരു യാത്രയുടെ ഓളങ്ങളാണ് അപ്പോൾ മനസ്സിൽത്തട്ടി പ്രതിഫലിച്ചത്. അന്നൊരു വെള്ളിയാഴ്ച ഉച്ചതിരിഞ്ഞ് ഞാനും സുഹൃത്ത് ലതീഷും ദുബായിലെ ഒരു റെസ്റ്റോറന്റിൽ ഉച്ചഭക്ഷണത്തിനുശേഷം വിശ്രമിക്കുകയായിരുന്നു. ഒരുവർഷത്തെ ഇടവേളയ്ക്ക് ശേഷമാണ് ലതീഷുമായി സന്ധിക്കുന്നത്. ഞങ്ങൾ മരുയാത്രയ്ക്ക് തയ്യാറെടുത്താണ് ഇവിടെ എത്തിയിരിക്കുന്നത്.

വാഹനം ദുബായ് നഗരം പിന്നിട്ട് ഏറെ സമയമായിരിക്കുന്നു. ഇപ്പോൾ സഞ്ചരിക്കുന്നത് മരുഭൂമിയിലെ തിരിച്ചറിയാൻ കഴിയാത്ത മണൽ വന്നുമൂടിയ ഏതോ പാതയിലൂടെയാണ്. മണി അഞ്ച് കഴിഞ്ഞിരുന്നു. രാത്രിയുടെ ആയാസം മാറ്റാനായി വണ്ടി ഒരിടത്ത് നിർത്തി. ഞങ്ങൾ വണ്ടിയിൽനിന്നും ഇറങ്ങി നടുവ് നിവർത്തി. അടുത്തായി പുളിമരം പോലെ പടർന്നു പന്തലിച്ച ഒരു മരം നില്ക്കുന്നുണ്ട്. മരുഭൂമിയിൽ മാത്രം കാണുന്ന മരമാണത്. മനുഷ്യന് തീ കടഞ്ഞെടുക്കാനായി ദൈവം കൊടുത്ത മറക് മരങ്ങളിലൊന്നാണോ അതെന്ന് സംശയിച്ചുപോയി.

സമീപത്ത് നാലഞ്ചു വണ്ടികൾ നിർത്തിയിട്ടിരുന്നു. ടയറുകളിൽ അധികം കാറ്റില്ലാത്ത ടൊയോട്ട ലാന്റ് റോവറുകളായിരുന്നു അവ. ആ

വാഹനങ്ങളിലെല്ലാം പ്രത്യേകതരം അറബി തലപ്പാവ് ധരിച്ച ഓരോ ചെറുപ്പക്കാർ ഇരിപ്പുണ്ടായിരുന്നു. അവർ മണൽക്കാട്ടിൽ ജീവിതം നയിക്കുന്ന ബദ്ദുവിൻ എന്ന വിളിപ്പേരിൽ അറിയപ്പെടുന്ന ഗോത്ര സമൂഹത്തിലെ അംഗങ്ങളായിരുന്നു. അവരുടെ വസ്ത്രധാരണം, ഭക്ഷണരീതികൾ, സംഭാഷണം എന്നിവയും അറബി ഭാഷാ രീതികളും പ്രത്യേകത നിറഞ്ഞതായിരുന്നു.

നോക്കിനില്ക്കെ അന്തരീക്ഷമാകെ മാറി. വേഗമുള്ള മണൽക്കാറ്റ് ആഞ്ഞുവീശാൻ തുടങ്ങി. പെട്ടെന്നു മണൽക്കൂനകൾ സൃഷ്ടിക്കപ്പെടുന്നു. സൃഷ്ടിക്കപ്പെട്ട അതേ വേഗത്തിൽ അവ ഇല്ലാതാവുന്നു. ഞങ്ങൾക്ക് മുന്നിൽ നിർത്തിയിട്ട വണ്ടികൾ പെട്ടെന്നു വട്ടം കറക്കി ഓട്ടത്തിനു തയ്യാറെടുത്തു. ഞങ്ങളും വണ്ടിയിൽ കയറി. വണ്ടി വേഗമെടുത്ത് മുന്നോട്ടു നീങ്ങിത്തുടങ്ങി. മരുഭൂമിയിൽ കനത്ത കാറ്റ് വീശിക്കൊണ്ടിരുന്നു.

ഇടതടവില്ലാത്ത മണൽക്കാറ്റിന്റെ സീൽക്കാരം. അധികദൂരം മുന്നോട്ട് പോകാനായില്ല. തെളിഞ്ഞും മാഞ്ഞും പോകുന്ന മണൽമറകൾ. കാറ്റാണ് മരുഭൂമിയിൽ ഏറ്റവും ദുർഘടം പിടിച്ചത്. ഞങ്ങളുടെ വാഹനം മണൽക്കാറ്റിൽ അകപ്പെട്ടുകഴിഞ്ഞു! മണൽക്കുന്നിന്റെ ചെങ്കുത്തായ താഴ്വാരത്തിലേക്ക് വണ്ടി പെട്ടെന്ന് ഇറങ്ങിപ്പോയി. മുന്നിലപ്പോൾ മറ്റൊരു വലിയ മണൽ കുന്നാണ്. കുത്തനെയുള്ള കയറ്റം, വണ്ടി ഇഴഞ്ഞ് കയറാൻ തുടങ്ങി... വണ്ടിയോടിക്കുന്ന ചെറുപ്പക്കാരന്റെ മുഖത്ത് ഭാവഭേദമില്ലായിരുന്നു. ഇങ്ങനെയൊരു ദുർഘടസന്ധി പ്രതീക്ഷിച്ചതുപോലാണ് അവന്റെ ഇരിപ്പ്. കയറിയ കുന്നിന്റെ നെറുകയിൽ വാഹനത്തിന് കഷ്ടിച്ചു നില്ക്കാൻ മാത്രമേ സ്ഥലമുണ്ടായിരുന്നുള്ളൂ. വണ്ടി ഉടനെ കുന്നിറങ്ങി തുടങ്ങി. ഹൃദയമിടിപ്പ് കൂടിവന്നു. ഏതുനിമിഷവും ശക്തിയേറിയൊരു കാന്തവലയത്തിന് അകത്തേക്ക് എടുത്തെറിയപ്പെടുമെന്ന തോന്നൽ... ശ്വാസമടക്കിപ്പിടിച്ച് ഞാൻ ലതീഷിനെ നോക്കി. ഭയമുണ്ടെങ്കിലും പുറത്ത് കാണിക്കാതെ ഇരിക്കുകയാണ് ലതീഷ്.

കയറ്റവും ഇറക്കവും കൊണ്ടുള്ള അമ്മാനാട്ടമായിരുന്നു പിന്നെ. അവസാനം അറ്റങ്ങൾ കാണാത്ത, സമനിരപ്പുള്ള മരുഭൂമിയിൽ ഞങ്ങൾ എത്തിപ്പെട്ടു. നിശ്ചലമായ പരശ്ശതം മണൽത്തിരകൾ തീർത്ത് അനന്തമായ മരുക്കടൽ! കുറച്ചുകൂടി മുന്നോട്ടുപോയി. എത്തേണ്ടയിടം അടുത്തിരുന്നു. അവിടെ ഒരിടത്ത് ഈന്തപ്പന മടലുകൾ കൊണ്ട് കെട്ടിയുണ്ടാക്കിയ അറബിത്തമ്പ് കണ്ടു. അതിന് പഴക്കമുണ്ട്. അത് ഇവിടെയെത്തുന്ന സന്ദർശകർക്കായി പണിതു വച്ച ഇടമായിരുന്നു. ഞങ്ങൾ തമ്പിലേക്കു പ്രവേശിച്ചു. 'അഹ്ലൻ വസഹലൻ' നിങ്ങൾക്കു ഞങ്ങളിലേക്കു സ്വാഗതം! അവിടെ കണ്ട അറബികൾ അകത്തേക്ക് സ്വാഗതം ചെയ്തു. അവരിലധികം പേരും ഏകദേശം നാല്പതു വയസ്സിനോടടുത്ത പ്രായമുള്ളവരാണ്. പുൽപ്പായയുടെ മേൽ വിരിച്ച പ്രത്യേക അറബി രീതിയിലുള്ള പരവതാനിയിൽ കാൽ കുത്തി ഇരിപ്പുറപ്പിച്ചു. അറബി പാരമ്പര്യ പാനീയമായ ഗഹ്വയും (മധുരം ഒട്ടും ചേർക്കാത്ത അല്പം കയ്പു രസ

മുള്ള കാപ്പി) പിന്നെ ഏറെ മധുരമുള്ള പ്രത്യേകതരം ഈന്തപ്പഴവും നല്കി അവർ ഞങ്ങളെ സൽക്കരിച്ചു.

ഗഹ്വയും ഈന്തപ്പഴവും കഴിച്ചതിനുശേഷം സന്ദർശിച്ചത് അവിടെ ഒരുക്കിയ വിരുന്നുശാലയാണ്. അത് നന്നേ തണുപ്പുള്ള രാത്രിയായിരുന്നു. ആകാശത്തിന് അത്ര തിളക്കവും മിഴിവും ഉണ്ടായിരുന്നില്ല. മണൽക്കാറ്റ് അടങ്ങിയെങ്കിലും അന്തരീക്ഷത്തിൽ എന്തോ തരം അസാധാരണത്വം അനുഭവപ്പെട്ടു. വിരുന്നുശാലയിൽ കടന്നപ്പോൾത്തന്നെ പരിചാരകന്മാർ സേവന സന്നദ്ധരായി അടുത്തേക്ക് വന്നു. അവർ ശബ്ദം താഴ്ത്തി മൃദു സ്വരത്തിൽ ചോദിച്ചു. ശുഹുബ്ബക്ക് യാഹാബീബി ശുത് ശ്റബ് യാഷൈഖ്. നിങ്ങൾ എന്ത് ഇഷ്ടപ്പെടുന്നു. പ്രിയപ്പെട്ടവരെ? നിങ്ങൾക്കു എന്താണ് കുടിക്കാൻ വേണ്ടത്? സൗന്ദര്യമാർന്നതും ധാരാളം ആഢ്യ പദങ്ങൾ നിറഞ്ഞ് നില്ക്കുന്നതുമാണ് അറബിഭാഷ. ഒരുപക്ഷേ, ഫ്യൂഡൽ ജീവിത വഴക്കങ്ങളുടെ ബാക്കിപത്രമായിരിക്കാം തികഞ്ഞ ഭവ്യത നിലനിർത്തുന്ന അത്തരം പദാവലികൾ.

ആവശ്യപ്പെട്ട പാനീയം കാത്തിരിക്കുകയായിരുന്നു ഞങ്ങൾ. ലതീഷ് അദ്ദേഹത്തിന്റെ വിശേഷങ്ങൾ എങ്ങനെ പറഞ്ഞു തുടങ്ങണം എന്ന് ആലോചിക്കുകയാണ്. കഴിഞ്ഞ ഒരു വർഷത്തിനുള്ളിൽ ലതീഷിന്റെ ജീവിതത്തിൽ പലതും സംഭവിച്ചിരുന്നു. അതൊന്നും എനിക്ക് അറിയു മായിരുന്നില്ല. അത് തുറന്നു പറയാനുള്ള തത്രപ്പാടിലാണ് ഇപ്പോൾ ലതീ ഷ്. ലതീഷുമായുള്ള സൗഹൃദത്തിന് ഇരുപത്തിയഞ്ച് വർഷമെങ്കിലും പഴക്കം കാണും. എവിടെപ്പോയിരുന്നാലും മാസാവസാനങ്ങളിൽ ഞങ്ങൾ ഒത്തുകൂടുക പതിവായിരുന്നു. ജീവിതത്തിലെ എല്ലാ കാര്യങ്ങളും തുറന്നു പറയുമായിരുന്നു ലതീഷ്. ഞങ്ങൾ കൂടുന്ന ദിവസങ്ങളിൽ അഞ്ചുപ്രാവ ശ്യമെങ്കിലും ഭാര്യ ഫോണിൽ വിളിച്ചിരിക്കും. ഞാനാണു ഒന്നിച്ചെന്ന് അറിഞ്ഞാൽ വളരെ സന്തോഷമാവും. പോരാത്തതിനു സാന്നിദ്ധ്യം ഉറ പ്പുവരുത്താൻ അവർക്ക് എന്റെ ശബ്ദം ഫോണിലൂടെ കേൾക്കേണ്ടതുമുണ്ട്.

അങ്ങനെയുള്ള ഒരവസരത്തിൽ കാര്യവും തമാശയും കലർത്തി ഞാൻ ലതീഷിനോട് ചോദിച്ചു. ഭാര്യക്ക് ഇയാളെ വലിയ വിശ്വാസമാണ്, അല്ലേ? കല്യാണം കഴിഞ്ഞ് മുപ്പത് വർഷമായി സുഹൃത്തേ എന്നിട്ടും ഇതാണ് സ്ഥിതി എന്നായിരുന്നു ലതീഷിന്റെ മറുപടി.

പ്രിയ സുഹൃത്തേ, നീ കേൾക്കണം ഒരിക്കലും സംഭവിക്കാൻ പാടി ല്ലാത്ത കാര്യമാണ് ജീവിതത്തിൽ സംഭവിച്ചത്. ഒട്ടും മുഖവുരയില്ലാതെ ലതീഷ് പറഞ്ഞുതുടങ്ങി. ഒരു സ്ത്രീയുമായി ഞാൻ അടുപ്പത്തിലായി. ആ അടുപ്പം വല്ലാത്ത ജീവിത സാഹചര്യത്തിൽ എന്നെ എത്തിച്ചു. ഈ വിഷയം ഞാൻ ഭാര്യയോടും കുടുംബത്തോടും മറച്ചുവച്ചു. എങ്ങനെയോ അവർ കാര്യങ്ങൾ അറിഞ്ഞു; അതെന്നെ വലിയ പ്രതിസന്ധിയിൽ കൊണ്ടെത്തിച്ചു. അവസാനം ഭാര്യയുടെ കുടുംബക്കാർ പ്രശ്നത്തിൽ ഇടപെട്ടു. എന്റെ സ്വത്തുക്കൾ മുഴുവൻ ഭാര്യയുടെയും മക്കളുടെയും പേരിൽ എഴുതിവെപ്പിച്ചു. ഞാനാകട്ടെ പുതിയ ബന്ധം പാടെ ഉപേക്ഷി

ച്ചിരുന്നു. എന്നിട്ടും കുടുംബത്തിൽ ഒരുസ്ഥാനവും ഇല്ലാതായി. അവർ എന്നെ നിഷ്കരുണം ബഹിഷ്കരിക്കുന്നു. ഇത്തിക്കണ്ണിയെപ്പോലെ എന്റെ കുടുംബത്തിൽ അധികപ്പറ്റായി കടിച്ചുതൂങ്ങി ജീവിതം മുന്നോട്ടുനയിക്കുന്നു. വർഷങ്ങൾ കൊണ്ട് ഒരുക്കൂട്ടിയത് എല്ലാം ഒറ്റ നിമിഷം കൊണ്ട് തകർന്നു തരിപ്പണമായി. ഒരുവട്ടം ആതമഹത്യയിൽനിന്നും അത്ഭുതകരമായി രക്ഷപ്പെട്ടു. ഇതേക്കുറിച്ച് അറിഞ്ഞാൽ എന്നോട് എങ്ങനെയായിരിക്കും നിങ്ങൾ പ്രതികരിക്കുക എന്നുള്ള മനഃപ്രയാസത്തിലായിരുന്നു ഞാൻ. അതാണ് മാറിനടന്നത്. സംഭവിക്കേണ്ടതെല്ലാം സംഭവിച്ചു എന്നേ പറയാൻ കഴിയൂ.

ലതീഷ് വിഷമിക്കാതിരിക്കൂ. എല്ലാ കാര്യങ്ങൾക്കും പരിഹാരമുണ്ടാകും. എല്ലാത്തിനും നമുക്ക് വഴിയുണ്ടാക്കാം. അയാളെ സമാധാനിപ്പിച്ചു.

തമ്പിൽ നൃത്തത്തിനുള്ള സമയമടുത്തിരുന്നു. ആളുകൾ നൃത്തശാലയിലേക്ക് പോയിത്തുടങ്ങി. ഞങ്ങളും ചെന്നു. അവിടം വിരുന്നുശാലയേക്കാൾ തുറസ്സായ ഇടമാണ്. രാജകീയ ദർബ്ബാറിനെ ഓർമ്മിപ്പിക്കുന്ന പ്രത്യേകം തയ്യാറാക്കിയ മെത്തയിൽ ഇരുപ്പുറപ്പിച്ചു. ആ സദസ്സിൽ വിരുന്നുശാലയിൽ കണ്ട എല്ലാവരും എത്തിച്ചേർന്നിരിക്കുന്നു. ആളുകൾ പരസ്പരം പരിചയപ്പെട്ടുകൊണ്ട് അഭിവാദനങ്ങൾ അർപ്പിക്കുന്നു. പെട്ടെന്ന് സദസ്സിലേക്ക് മാദകസൗന്ദര്യം തുളുമ്പുന്ന ഒരു സ്ത്രീ വളരെ പതുക്കെയുള്ള നൃത്തച്ചുവടുകളുമായി കടന്നുവന്നു. കൂടെ തബലപോലെ നീണ്ട അറബി വാദ്യം വായിച്ചുകൊണ്ട് ഒരു പുരുഷനും. നർത്തകി സിൽക്കും സ്വർണ്ണനിറ നൂലും ചേർത്തുണ്ടാക്കിയ വസ്ത്രം അരയിലും മാറിടത്തിലും നാമമാത്രമായി ധരിച്ചിട്ടുണ്ട്. നല്ല ഉയരവും ശരീരവടിവുമുള്ള അവർ ടുണിഷ്യയിൽ നിന്നുമുള്ള നർത്തകിയാണ്. ഞാനൊരു അറേബ്യൻ നർത്തകിയെ അടുത്തു കാണുകയാണ്!

അരക്കെട്ടും മാറിടവും പ്രത്യേക തരത്തിൽ ചലിപ്പിച്ചുള്ള നൃത്തമാണ്. അവർ ഒരു നീളൻ ഊന്നുവടി കൈയിൽ വെച്ചിട്ടുണ്ട്. നൃത്തത്തിനിടയിൽ വളയൻ കാലുള്ള ആ വടി അവർ പ്രത്യേക തരത്തിൽ കറക്കുന്നുണ്ട്. നൃത്തത്തിന് സംഗീതത്തിന്റെ അകമ്പടി കൂടാതെ താളം കൊട്ടാൻ തുർക്കിത്തൊപ്പി ധരിച്ച ഒരു മദ്ധ്യവയസ്കൻ കൂടിയുണ്ട്. അയാളും ചെറിയ തരത്തിൽ ചുവട് വെക്കുന്നുണ്ട്. അയാളുടെ കൈയിലെ തകിൽ പോലുള്ള അറബിവാദ്യത്തിൽ ഓരോ തവണ കൈ പതിയുമ്പോഴും അതിനനുസരിച്ച് നർത്തകി ശരീരം ചലിപ്പിക്കുന്നു. താളവാദ്യത്തിന്റ ധ്വനി മദ്ധ്യസ്ഥായിയിൽനിന്നും ഉച്ചസ്ഥായിയിലേക്ക് പടർന്നു. നർത്തകിയുടെ ചലനം പതിഞ്ഞവേഗം വിട്ട് അതിവേഗത്തിലായി അതോടെ കാണികൾക്കും ഇളക്കം തുടങ്ങി. കാണികളായ സ്ത്രീകളും പുരുഷന്മാരും നൃത്തത്തിൽ പങ്കുചേർന്നു. ചുവടുകളിൽ മദിച്ച സമൂഹനൃത്തത്തിലാണ് അത് പര്യവസാനിച്ചത്.

മനസ്സിനെയും ശരീരത്തെയും ചൂടുപിടിപ്പിച്ച തീറ്റയും കുടിയും നൃത്തവും അവിടേക്കുള്ള യാത്രയും അല്പം ഭ്രാന്തും സാഹസികതയും

നിറഞ്ഞതായിരുന്നു. എങ്കിലും അതിനോട് എന്റെ ഹൃദയം താല്പര്യം കാട്ടിയിരുന്നു. അതുകൊണ്ടുതന്നെ എന്നെ ഭയപ്പെടുത്തി കടന്നുപോയ മണൽക്കാറ്റോ ലതീഷിന്റെ ജീവിതത്തിലെ ദുരന്തമോ ഒന്നും അപ്പോൾ അലട്ടിയതേയില്ല.

മടങ്ങുമ്പോൾ പാതിരാ കഴിഞ്ഞു. നിലാവ് മണൽക്കുന്നുകളിന്മേൽ ഉദിച്ചുയർന്നു. പാതിരാ നിലാവിന്റെ വെളിച്ചത്തിൽ മരുഭൂമിയിൽ രൂപപ്പെട്ട മണൽക്കുന്നുകൾ ഞാൻ നോക്കിനിന്നു. ഇനി ഒരിക്കലും ആവർത്തിക്കാത്ത, ഒറ്റത്തവണക്കാഴ്ചയായി പ്രകൃതി ഒരുക്കിവച്ച വിരുന്നായിരുന്നു അത്. കുറച്ച് കഴിയുമ്പോഴേക്കും അത് മറ്റൊരാകൃതിലേക്ക് താനേ മാറിപ്പോവും. നിനച്ചിരിക്കാതെ വീണ്ടും കാറ്റ് വീശിത്തുടങ്ങി. കാറ്റിന്റെ മൂളക്കം വാഹനത്തിന്റെ ചില സുഷിരങ്ങളിലൂടെ കാതിൽ ശക്തിയായി ആർത്തലച്ചു വന്നു. മടക്കയാത്ര ആരംഭിച്ചിട്ട് രണ്ടു മണിക്കൂറിലേറെ കഴിഞ്ഞിരിക്കുന്നു. ഇപ്പോൾ നിയോൺ വെളിച്ചംകൊണ്ട് പന്തലുകൾ തീർത്ത ദുബായി നഗരത്തിലാണ്.

അത്താഴത്തിനുശേഷം സുഖമായി കിടന്നുറങ്ങി. അതികാലത്ത് തന്നെ എഴുന്നേറ്റു. അന്നു വൈകുന്നേരം അഞ്ചു മണിക്ക് ദുബായ് ഇന്ത്യൻ കൗൺസിലേറ്റ് ഹാളിൽ ദല ദുബായ് സംഘടിപ്പിച്ച സെമിനാറിൽ പങ്കെടുക്കേണ്ടതുണ്ട്. ചരിത്രകാരനും ഇടതുപക്ഷ ബുദ്ധിജീവിയുമായ കെ എൻ പണിക്കരാണ് മുഖ്യ പ്രഭാഷകൻ. അദ്ദേഹത്തെ കൂടാതെ സംസാരിക്കുന്നവരുടെ കൂട്ടത്തിൽ ഇന്ത്യൻ കൗൺസിലർ ജനറൽ അരവിന്ദുമുണ്ട്. സെമിനാറിൽ സംസാരിക്കാൻ എനിക്കും അവസരമുണ്ട്. കഴിയാവുന്ന രീതിയിൽ ഒരുവിധം നന്നായി ഏല്പിച്ച ദൗത്യം നിറവേറ്റുകയുണ്ടായി.

സെമിനാറിലെ സംസാരം നല്ലതായിരുന്നു എന്ന് പറഞ്ഞത് പ്രശസ്ത എഴുത്തുകാരനും നിരൂപകനും ഗവേഷകനുമായ ഷാജഹാൻ മാടമ്പാട്ടാണ്. ഷാജഹാൻ കെ എൻ പണിക്കരുടെ വിദ്യാർത്ഥിയായിരുന്നു എന്ന് അറിയാം. പണിക്കരുടെ സന്ദർശനവേളയിൽ അദ്ദേഹത്തെ അനുഗമിച്ചത് ഷാജഹാനായിരുന്നു. മാസങ്ങൾ കഴിഞ്ഞ് ഞങ്ങളെല്ലാം ഒത്തുകൂടിയ ഒരു ദിവസമാണ് ഷാജഹാൻ ദുബായിലെ സെമിനാറിനെക്കുറിച്ച് ഓർത്തുപറഞ്ഞത്. അതിൽ ഞാൻ അന്നവിടെ ചെയ്ത പ്രസംഗം പണിക്കർക്ക് നന്നായി ഇഷ്ടപ്പെട്ടു എന്ന് ഷാജഹാൻ അഭിനന്ദിച്ചു പറഞ്ഞു. ഷാജഹാന്റെ വാക്കുകൾ കേട്ടപ്പോൾ അഭിമാനവും ധന്യതയും അളവറ്റതായിരുന്നു. ഞാനത് ഷാജഹാനെ അറിയിക്കുകയും ചെയ്തു.

9 789389 410297

Printed by Libri Plureos GmbH in Hamburg,
Germany